മരിച്ചുപോയവളുടെ മുറി തുറക്കുമ്പോൾ

Nadakkavu, Kozhikode, Kerala, 673011
www.insightpublica.com
e-mail: insightpublica@gmail.com
Title: **Marichupoyavarude Muri Thurakkumpol**
(Malayalam Poems)
Author: **Ardra VS**
Cover & Illustrations: **Anju Punnath**
First Edition: November 2022

Printed and Published by
InsightinPublica Printers & Publishers Pvt. Ltd.
ISBN 978-93-5517-209-9

മരിച്ചുപോയവളുടെ മുറി തുറക്കുമ്പോൾ

ആർദ്ര വി.എസ്.

INSIGHT PUBLICA®

ഡൽഹി അംബേദ്കർ യൂണിവേഴ്സിറ്റിയിൽ നിന്ന് ഇംഗ്ലീഷ് സാഹിത്യത്തിൽ ബിരുദം. മദ്രാസ് യൂണിവേഴ്സിറ്റിയിൽ നിന്ന് വിമൻസ് സ്റ്റഡീസിൽ ബിരുദാനന്തര ബിരുദം.

ആദ്യ കവിതാ സമാഹാരം *അമ്മ ഉറങ്ങാറില്ല* 2015 ൽ പ്രസിദ്ധീകരിച്ചു. ആനുകാലികങ്ങളിൽ കഥകളും കവിതകളും ലേഖനങ്ങളും എഴുതിവരുന്നു.

ലളിതാംബിക അന്തർജനം സെന്ററിന്റെ സനന്ദകുമാർ ഓർമ പുരസ്കാരം (2021-*താബൂത്* എന്ന കഥയ്ക്ക്), ഭീമ സ്വാതീകിരൺ പുരസ്കാരം (2016- *അമ്മ ഉറങ്ങാറില്ല* എന്ന കൃതിക്ക്) പത്തനാപുരം ലൈബ്രറി ട്രസ്റ്റിന്റെ ആർ . വിശ്വനാഥൻ നായർ കവിത പുരസ്കാരം (2016), അങ്കണം കഥാ പുരസ്കാരം (2015) മുല്ലനേഴി വിദ്യാലയ കാവ്യ പ്രതിഭ പ്രത്യേക പുരസ്കാരം (2015), സൗഹൃദ സ്കൈലിൻക് പുരസ്കാരം (2015), അങ്കണം കവിതാ പുരസ്കാരം (2014) എന്നിവ ലഭിച്ചിട്ടുണ്ട്.

വിലാസം: ' ആർദ്രം '
മൈത്രിനഗർ, മുണ്ടുപറമ്പ് പി ഒ
മലപ്പുറം, പിൻ: 676509
email: ardrasheejavinod@gmail.com

ആർദ്ര. വി.എസ്

ഭാഷക്കെതിരായ കുറ്റപത്രം

ഡോ. കെ.എം. അനിൽ

ഏകാകിയായ ഒരാൾ വഴിയിൽവെച്ച് അപരിചിതയായ മറ്റൊരേകാകിയെ കണ്ടുമുട്ടുന്നു. അവർ പരസ്പരം മുഖം നോക്കി മൗനം പൂണ്ടിരിക്കുന്നു. ആ സമയം അവർക്കിടയിൽ നടക്കുന്ന ആഴത്തിലുള്ള വിനിമയമാണ് കവിത എന്ന് വാൾട്ട് വിറ്റ്മാൻ പറയുന്നുണ്ട്. ഇതിലപ്പുറം കവിതയുടെ വിനിമയത്തെക്കുറിച്ച് പറയാനാവില്ല. ഇവിടെ അപരത്തോട് സംവദിക്കുമ്പോൾ നാം നമ്മൊട് തന്നെയാണ് സംവദിക്കുന്നത്. അടുപ്പം, ആന്തരലോകം, സ്വകാര്യത, പങ്കാളിത്തം-ഇതൊക്കെയാണ് കവിത വായിച്ചുകഴിയുമ്പോൾ അവശേഷിക്കുന്നത്. ഭാഷണത്തിനും പാട്ടിനുമിടയിലെവിടെയോ ആണ് കവിതയുടെ സ്ഥാനം. കവിതയിലെത്തുന്നതോടെ പരിചിതമായ വാക്കുകൾക്ക് ചിറക് മുളക്കുകയും അപരിചിതമായ ലോകങ്ങളിലേക്ക് അവ സഞ്ചാരം ആരംഭിക്കുകയും ചെയ്യുന്നു. കവിത എഴുത്തിന്റെ കലയല്ല. അത് പറച്ചിലിന്റെ കലയാണെന്ന് ഡബ്ല്യു. ബി. യേറ്റ്സ് സൂചിപ്പിക്കുന്നുണ്ട്. കടലാസിലെഴുതിയ കവിതയെ നാം വാമൊഴിയിലാക്കി, അതിൽ പാർപ്പുറപ്പിക്കുകയാണ് ചെയ്യുന്നത്. ഭാഷയുടെ കൂടാരത്തിൽ രണ്ട് പേർ കണ്ടുമുട്ടുകയും ഇടപാടുണ്ടാക്കുകയും ചെയ്യുന്നതാണ് കവിത. കവിത ലോകത്തെക്കുറിച്ചോ വസ്തുപ്രപഞ്ചത്തെക്കുറിച്ചോ അല്ല പറയുന്നത്. അത് ഭാഷയെക്കുറിച്ചുതന്നെയാണ് പറയുന്നത്. ഭാഷ ഭാഷയെ ഭാഷയിലേക്ക് കൊണ്ടുവരുന്നതാണ് കവിത എന്ന് ഹൈദഗർ പറയും. നാം കാണാത്ത ലോകത്തെ

പേരിട്ട് വിളിക്കുകയാണ് കവി ചെയ്യുന്നത്. പേരിടുന്നതോടെ അത് നമുക്ക് മുന്നിൽ തിളങ്ങി നിൽക്കുന്നു.

കവിത ജാഗ്രതയുടേയും മന്ദതയുടേയും കലയാണ്. അത് അതീവ സൂക്ഷ്മത ആവശ്യപ്പെടുന്നു. കവിതയുടെ ലാക്ഷണികവായനയെക്കുറിച്ച് നീത്ഷേ പറയുന്നുണ്ട്. മുതലാളിത്തം വേഗതയുടെ ജീവിത സമ്പ്രദായമാണെങ്കിൽ കവിത സൂക്ഷ്മതയുടേയും മന്ദതയുടേയും വഴി തേടുന്നു. അതുകൊണ്ട് കവിത രൂപംകൊണ്ടുതന്നെ പ്രതിരോധം തീർക്കുന്നു.

ഉചിതമായ ഭാഷണത്തിലൂടെ ഒരാളെ സ്വാധീനിക്കാൻ കഴിയുമെന്ന് കരുതിയിരുന്നവരാണ് പ്രാചീന ഗ്രീക്കുകാർ. ആയുധത്തേക്കാൾ ശക്തി ഭാഷക്കുണ്ടെന്ന് കരുതിയതുകൊണ്ടാണ് അവർ ഭാഷണകലയെ സവിശേഷമായി വികസിപ്പിച്ചത്. ആയോധനകലക്ക് നൽകിയതിനേക്കാൾ വലിയ സ്ഥാനമാണ് അവർ ഭാഷണകലക്ക് നൽകിയതെന്ന് കാണാം. ഭാഷണകലയുടെ ഒരു ഉപശാഖയായാണ് കവിത പരിഗണിക്കപ്പെട്ടത്. ആയതിനാൽ കവിത ഹിംസയെ പുറത്തുനിർത്തുന്ന ഭാഷണകലയാണെന്ന് പറയാം. ആയതിനാൽ അധികാരത്തോടും വ്യവസ്ഥയോടും ഇടഞ്ഞ് ഏകാന്തമായ വഴിത്താരകളിൽ സഞ്ചരിക്കുന്ന ഒരാളാണ് കവി. അയാൾ അവിചാരിതമായി കണ്ടുമുട്ടുന്ന അപരിചിതയും ഏകാകിയുമാണ് വായനക്കാരി. ഒരർത്ഥത്തിൽ രാഷ്ട്രീയത്തെ ഉടലിൽ വഹിച്ചവർ എന്ന് ഇവരെ വിശദീകരിക്കാം. കവിത ഭാഷയിലേക്ക് തിരിഞ്ഞൊഴുകുന്നതുകൊണ്ടുതന്നെ അത് മൗലികമായ രാഷ്ട്രീയത്തെ ആവിഷ്ക്കരിക്കുന്നു. ഒരു പക്ഷെ മറ്റ് ജനുസ്സുകളിൽനിന്ന് കവിത അനന്യമാകുന്നത് ഇങ്ങനെയാണ്. കവിതയിൽനിന്ന് ലഭിക്കുന്ന അനുഭവത്തേയോ ജ്ഞാനത്തേയോ മറ്റൊരുതരത്തിൽ പുനരുൽപ്പാദിപ്പിക്കാനാവില്ല. ഒരഗ്നിക്കും ചൂടാക്കാനാവാത്തവിധം ശരീരത്തെ മരവിപ്പിക്കുന്നതും ശിരസ്സറ്റ് പോയതുപോലെ തോന്നിപ്പിക്കുന്നതുമായ ഒരവസ്ഥയാണ് കവിത വായിച്ചുകഴിയുമ്പോൾ തനിക്ക് ഉണ്ടാകുന്നതെന്ന് എമിലി ഡിക്കിൻസൻ പറയുന്നുണ്ട്. അതായത് കവിതയുടെ അനുഭവം ധൈഷണികമെന്നതിനേക്കാൾ പ്രാതിഭാസികമാണ്. മറ്റൊരുതരത്തിൽ കവിതയുടെ അനുഭവം ശരീരസ്ഥമാണെന്ന് പറയാം. ഒരു സമഗ്രാനുഭവമായിട്ടാണ് ഡിക്കിൻസൻ കവിതയെ കണ്ടത്.

കവിതയിലെ വാക്കുകളേയും ഇമേജുകളേയും ഈണത്തേയും നാം അത്രമാത്രം സ്നേഹിക്കണം. അപ്പോൾ മാത്രമേ കവിതയെ കീഴ്പ്പെടുത്താനാവൂ. കവിതയിലെ വാക്കുകൾ ആത്മപ്രതിഫലനാത്മകമാണ്. അവയിൽ നമുക്ക് നമ്മെ കാണാൻ കഴിയും. വാക്കുകളാണ് കവിതയുടെ

ജീവൻ. വാക്കുകളാണ് കവിതയിൽ പ്രവർത്തിക്കുന്നത്. കവിത പരാവർത്തന ക്ഷമമല്ല. കാരണം കവിതയിൽ എന്തുപറഞ്ഞു എന്നതിനെ എങ്ങനെ പറഞ്ഞു എന്നതിൽനിന്ന് വേർപെടുത്താനാവില്ല. അതുകൊണ്ടാണ് ഭാഷയിൽ പണിയെടുക്കുന്ന ഒരു ശിൽപ്പിയാണ് കവി എന്ന് പറയുന്നത്. ഭാഷയിൽനിന്ന് വാക്കുകൾ പറിച്ചെടുത്ത് ഭാഷയുടെതന്നെ ആഴങ്ങളിലേക്ക് വിക്ഷേപിക്കുന്ന പ്രവൃത്തിയാണ് കവി ചെയ്യുന്നതെന്ന് ഒക്ടേവിയോ പാസ് പറയുന്നുണ്ട്. അക്ഷരാർത്ഥത്തെ കവിഞ്ഞ് നിൽക്കുന്ന വാക്കുകളാണ് കവിതയിലുള്ളത്. കടത്തിക്കൊണ്ടുപോകുന്നത് എന്ന അർത്ഥം വരുന്ന 'മെറ്റാഫെറീൻ' എന്ന ഗ്രീക്ക് വാക്കിൽനിന്നാണ് മെറ്റഫർ എന്ന വാക്ക് ഉണ്ടായത്. കവിതയുടെ വിജയം മെറ്റഫറുകളാണ്. ഒരിടത്തുനിന്ന് മറ്റൊരിടത്തേക്ക് അർത്ഥം കടത്തിക്കൊണ്ടുപോകുന്നവയാണ് മെറ്റഫറുകൾ. മെറ്റഫറുകൾ കൊണ്ടാണ് കവിത നിർമ്മിക്കപ്പെടുന്നത്. മെറ്റഫറുകളിലൂടെ ചിന്തിക്കുന്ന സമ്പ്രദായം വാസ്തവത്തിൽ പ്രാചീനസമൂഹത്തിൽ കണ്ടുവരുന്നതാണ്. അതായത് പ്രാഗ്-ചിന്താരൂപത്തെ കൈമോശം വരാതെ ഇപ്പോഴും സൂക്ഷിക്കുന്ന ഒരു ജനസ്സാണ് കവിത എന്ന് പറയാം. ചേരാത്തവയെ പരസ്പരം ചേർത്തുവെച്ച് നിർവഹിക്കുന്ന ചിന്തയാണ് മെറ്റഫർ. വായനക്കാരിക്ക് ഈ സങ്കേതത്തിൽ പരിശീലനമില്ലെങ്കിൽ കവിത വിനിമയം ചെയ്യില്ല. അതിനാൽ കവിതയിലെ വിനിമയം എഴുത്തുകാരിയും വായനക്കാരിയും തമ്മിലുള്ള സഹകരണത്തിലൂടെ സാദ്ധ്യമാകുന്ന ഒന്നാണ്.

"കവി ഒരു വാനമ്പാടിയാണ്. അയാൾ ഇരുട്ടിൽ എവിടെയോ ഇരുന്ന് സ്വന്തം ഏകാന്തതയെ അകറ്റാൻ പാടിക്കൊണ്ടിരിക്കുകയാണ്. വായനക്കാർ അജ്ഞാതമായ ആ ഗാനധാരയിൽ സ്വയം മറക്കുകയും ഭാരം കുറഞ്ഞവരായിത്തീരുകയും ചെയ്യുന്നു. അപ്പോഴും ആ പാട്ടിന്റെ ഉറവിടം അവർ അറിയുന്നില്ല." എന്ന് ഷെല്ലി പറയുന്നു. കവിയെ വാനമ്പാടിയോട് സാദൃശ്യപ്പെടുത്തുന്ന ഈ ഭാവനക്ക് വലിയ പുതുമയൊന്നും ഇല്ല. കവിതയിൽ രൂപകങ്ങൾ ഉപയോഗിക്കുന്നതുപോലെ കാവ്യരചന, കാവ്യാസ്വാദനം എന്നിവയെ വിവരിക്കാനും രൂപകങ്ങളാണ് ഉപയോഗിക്കുന്നതെന്ന് സൂചിപ്പിക്കാനാണ് ഈ ഭാഗം ഉദ്ധരിച്ചത്.

മെറ്റഫർ ഉപയോഗിച്ചുള്ള വിനിമയം അതിലേർപ്പെട്ടിരിക്കുന്നവരെ ആഴത്തിൽ ബന്ധിപ്പിക്കുന്നുവെന്ന് ടെഡ് കോഹൻ പറയുന്നുണ്ട്. കാരണം മെറ്റഫർ ഒരു രഹസ്യമാണ്. ആ രഹസ്യം ഒളിപ്പിച്ച് വെച്ചത് കവിയും അത് സ്വീകരിക്കുന്നത് വായനക്കാരിയുമാണ്. രഹസ്യങ്ങൾ കൈമാറുന്നവർ തമ്മിലുള്ള ആത്മബന്ധമാണ് കവിയും

വായനക്കാരിയും തമ്മിലുള്ളത്. ആയതിനാൽ കവിത ചിന്തയേക്കാൾ ആഴത്തിലുള്ള ചിലതാണ് വിനിമയം ചെയ്യുന്നത്.

ഏത് കവിതയും കവിതയെന്ന ജനുസ്സിന്റെ പ്രകൃതത്തിലേക്കും കാവ്യാനുശീലനത്തിന്റെ പാരമ്പര്യങ്ങളിലേക്കും നമ്മെ കൂട്ടിക്കൊണ്ട് പോകും. ആർദ്രയുടെ കവിതയും അതാണ് ചെയ്യുന്നത്. അതുകൊണ്ടാണ് കവിതയെക്കുറിച്ച് അൽപ്പം ദീർഘമായ ചില സാമാന്യനിരീക്ഷണങ്ങൾ നടത്തിയത്.

രണ്ട്

ആർദ്രയെ ഏറ്റവുമധികം വീർപ്പുമുട്ടിക്കുന്നത് കവിതയെന്ന രൂപമാണ്. "പേജുകൾ മരിച്ച പുസ്തകത്തിൽ ഒരു കവിതയുണ്ടായിരുന്നു" എന്ന് തുടങ്ങുന്ന മരണാനന്തരം എന്ന കവിതതന്നെ ഉദാഹരണം. കവിതയിൽ വാക്കുകൾക്കുള്ള സ്ഥാനത്തെക്കുറിച്ച് ആദ്യപ്രകരണത്തിൽ സൂചിപ്പിച്ചല്ലോ. ഇത് ആർദ്രയുടെ കവിതയിലും കാണാം. വെടിയേറ്റ വാക്കുകളാണ് മരണാനന്തരം എന്ന കവിതയിലെ പ്രമേയം.

"നിഴലുകളുടെ ശബ്ദം ഉരുകിയുറഞ്ഞ
ഉമ്മറപ്പടിയിൽ വെച്ച്
വാക്കുകളിലേക്ക് നിറയൊഴിച്ച്
അതിനെ നിങ്ങൾ
ഞങ്ങൾക്കിടയിൽത്തന്നെ
മറവ് ചെയ്തിരിക്കുന്നു"

എന്ന് ആർദ്ര എഴുതുന്നു.

"അക്ഷരങ്ങളിൽനിന്ന് ചോരതെറിക്കുമ്പോഴുള്ള ശബ്ദം
അത് പതിയെ
എന്നെ കേൾപ്പിച്ച് തരുന്നു"

ദൈനംദിനത്തിലെ താഡനംകൊണ്ട് ചോരയിറ്റുന്ന വാക്കുകളെ കവി കണ്ടെടുക്കുന്നു. അവയിൽനിന്ന് ചോരയിറ്റുന്നതിന്റെ സൂക്ഷ്മശബ്ദം അയാൾ പിടിച്ചെടുക്കുന്നു. കുഞ്ഞുപാത്തുമ്മ മുറിവേറ്റ കുരുവിയെ പരിചരിക്കുന്നതുപോലെയാണ്കവി മുറിവേറ്റ വാക്കുകളെ പരിചരിക്കുന്നത്. ഗർഭിണിയായ കുരുവിയുടെ അടിവയറിന്റെ തുടിപ്പും ചൂടും കുഞ്ഞുപാത്തുമ്മ അറിയുന്നുണ്ട്. ഈ ശ്രദ്ധയും കരുതലുമാണ് കവിക്ക് വാക്കുകളോടുള്ളത്. അതാണ് ആർദ്ര കവിതകളിൽ ആവർത്തിച്ച് അവതരിപ്പിക്കുന്ന ഒരാശയം.

"നിങ്ങൾ പുറമേ കാണുന്ന
ഒരു സ്ത്രീയേ അല്ല ഞാൻ
എന്റെ ഉള്ളിൽ
ആർക്കും മനസ്സിലാവാത്ത
ഭാഷയിലെഴുതിയ
അർത്ഥമില്ലാത്ത വാക്കുകളാണ്.
എന്റെ കൂട്ടുകാരനെ കരയിച്ചതോർത്ത്
അർത്ഥമില്ലാത്ത വാക്കുകളെ ഇറുക്കിപ്പിടിച്ച്
ഞാനെത്രയിരുന്നിരിക്കുന്നു
എനിക്കവയോട് കുഞ്ഞുങ്ങളോടെന്നപോലെ
സ്നേഹം തോന്നും
എന്റെ കൂട്ടുകാരനറിയാത്ത
എന്റെ ജാരസന്തതികൾ"
(സോളിലോക്കി)

ഒരു കവിതയിൽ വാക്കുകൾ വെടിയേറ്റവയെങ്കിൽ മറ്റൊരു കവിതയിൽ അത് രഹസ്യ സന്തതികളാണ്. അവക്ക് വിനിമയ ശേഷിയില്ല. അവ മനുഷ്യബന്ധങ്ങൾക്കിടയിൽ മതിൽ തീർക്കുന്നു. ആശയവിനിമയം അസാദ്ധ്യമാക്കുന്ന സ്വകാര്യതയാണ് ആർദ്രക്ക് ഭാഷ. അതോടെ ആ ഭാഷ നിരർത്ഥകമായിത്തീരുന്നു. ഈ നിരർത്ഥക ഭാഷ മാത്രമാണ് കവിയുടെ കൈമുതൽ. ഇതുകൊണ്ട് എന്തുചെയ്യാനാണ്? ഈ വീർപ്പുമുട്ടലാണ് ആർദ്രക്ക് കവിത. ഇത് ഏത് കാലത്തും മികച്ച കവികൾ അനുഭവിക്കുന്ന സംഘർഷമാണ്. ഭാഷയെ ഭാഷയിലേക്കാനയിക്കുന്ന പ്രവൃത്തിയിൽ തനിക്കെത്രമാത്രം വിജയിക്കാൻ കഴിയുമെന്ന് അറിയാതെ ഉഴലുന്ന ഒരാളാണ് യഥാർത്ഥ കവി. ആർദ്രയിൽ അതുകൊണ്ടുതന്നെ ഭാഷകൊണ്ട് മുറിവേറ്റ ഒരു കവിയുണ്ട്.

ഭാഷ കവിയെ മാത്രമല്ല കമിതാക്കളേയും മുറിപ്പെടുത്തുന്നു.

"എന്റെ കൂട്ടുകാരന്
ഞാൻ സംസാരിക്കുന്ന
ഭാഷ അറിയില്ലായിരുന്നു"
(സോളിലോക്കി)

ഭാഷ തീർക്കുന്ന മതിൽ കമിതാക്കളെ അന്യരാക്കുന്നു. ഒരാളെ മറ്റൊരാളിൽനിന്ന് ഭാഷ പറിച്ച് മാറ്റുന്നു. കടലൊഴുക്ക് എന്ന കവിതയിൽ പുരുഷൻ സ്ത്രീയെ കടല് കാണിക്കുന്നതിൽ അഭിമാനിക്കുന്നവനാണ്. എന്നാൽ അയാളിഷ്ടപ്പെടും മുമ്പ് കടലുമായി പ്രണയത്തിലായ

ഒരാളാണ് കാമുകി എന്ന കാര്യം അയാൾ അറിയുന്നില്ല. എത്രയോ കമിതാക്കൾ മുങ്ങിത്താണ ഒരു കടലാണവൾ എന്നും അയാൾ അറിയുന്നില്ല. സ്വന്തം ഭാഷയുടെ പ്രതിധ്വനിയാണ് അപരത്തിന്റെ ശബ്ദമെന്ന് തെറ്റിദ്ധരിച്ച നായകനാണ് കടലൊഴുക്കിലുള്ളത്. അയാൾക്ക് അപരനെ /അപരയെ അറിയാനാവുന്നില്ല. ഇവിടെ ഭാഷയാണ് ആത്മാക്കളെ അന്യവൽക്കരിക്കുന്നത്.

ഒരാളെ ഭാഷ ഉൻമാദിയാക്കുമ്പോൾ അപരത്തെ അത് ആധിപൂണ്ടവളും മൗനിയുമാക്കുന്നു. എഴുതാനാകാതെ ആധി പിടിച്ച ഒരുവൾ കണ്ണാടിക്ക് മുന്നിൽനിന്ന് ചിരിക്കുമ്പോൾ കണ്ണാടിക്കപ്പുറം എഴുതിയെഴുതി ഭ്രാന്തനായിപ്പോയ ഒരാൾ പ്രത്യക്ഷപ്പെടുന്ന കവിതയാണ് സിംബോളിക് ഓഡർ. അസംബന്ധം നിറഞ്ഞ പതിനായിരം കഥകളെഴുതി ഭാഷകൊണ്ട് ധൂർത്ത് കാണിച്ചവനാണ് എഴുത്തുകാരൻ. ആ വാക്കുകളിൽനിന്ന് അറപ്പുളവാക്കുന്ന ഛർദ്ദിലാണ് പുറത്തുവരുന്നത്. എന്നാൽ എഴുതാനറിയാത്തവളുടെ വാക്കുകൾ ഖനികളിൽനിന്ന് വരുന്നവയാണ്. അവ ചുട്ടുപഴുത്തവയാണ്. അത് വെളിപ്പെടുന്നതോടെ എഴുത്തുകാരൻ മൗനിയാകുന്നു. ഈ കവിതയിൽ വാക്ക് പേനിന്റെ രൂപത്തിൽ കണ്ണാടി മതിലിനപ്പുറം കടക്കാൻ ശ്രമിക്കുന്നത് കാണാം. ഇവിടെ നിശ്ശബ്ദയാക്കപ്പെട്ടവളുടെ വാക്കാണ് പേനായി അവതരിക്കുന്നത്. പുരുഷന്റെ വാക്ക് പേനയിൽനിന്ന് വരുമ്പോൾ സ്ത്രീയുടെ വാക്ക് ശരീരത്തിൽനിന്ന് നേരിട്ട് ഉൽഭവിക്കുന്നു. കാരണം അവൾ എഴുത്തിന്റെ വ്യാകരണത്തിനുപുറത്ത് തടവിലാക്കപ്പെട്ടവളാണ്.

ഭാഷ വിള്ളൽ വീഴ്ത്തുന്നത് മനുഷ്യർക്കിടയിൽ മാത്രമല്ല. അത് മനുഷ്യർക്കും പ്രപഞ്ചത്തിനുമിടയിൽ മതിൽ പണിയുന്നു. അതുകൊണ്ട് മരിച്ചുപോകും മുമ്പ് പൂച്ചക്കുഞ്ഞുങ്ങൾ എന്തായിരിക്കും ചിന്തിച്ചിട്ടുണ്ടാവുക എന്ന് മനുഷ്യർക്ക് മനസ്സിലാക്കാൻ കഴിയുന്നതേയില്ല. പൂച്ചയുടെ കരച്ചിലും പാട്ടും തിരിച്ചറിയാൻ മനുഷ്യന് കഴിയുന്നില്ല. പൂച്ചക്കുഞ്ഞുങ്ങൾ മരിച്ചുപോകുമ്പോൾ മുല്ല പൂക്കുന്ന മണമുണ്ടാകുമെന്ന് മനുഷ്യർ അറിയുന്നില്ല. മനുഷ്യകേന്ദ്രിതമായ ഒരു ലോകം ഭാഷാകേന്ദ്രിതവും ലിംഗകേന്ദ്രിതവുമായ ഒരു ലോകമാണെന്ന തിരിച്ചറിവിനാൽ വേട്ടയാടപ്പെടുന്ന ഒരു കവിയെ ഈ കവിതകളിൽ കണ്ടുമുട്ടുന്നു.

നിശ്ശബ്ദത നിറഞ്ഞുനിൽക്കുന്ന കാവ്യലോകമാണ് ആർദ്രയുടേത്. ശബ്ദിക്കുന്നവരെയല്ല ശബ്ദം നഷ്ടപ്പെട്ടവരെയാണ് ഈ കവി ശ്രദ്ധിക്കുന്നത്.

"അവരെന്റെ അയൽവാസിയാണ്
ഒഴിഞ്ഞയിടങ്ങളെ
വീക്ഷിക്കുകയായിരുന്നു അന്നവർ
അവരുടെ കരിങ്കറുപ്പുള്ള കണ്ണുകൾ
ഞങ്ങളുടെ പൊള്ളയായ ഇടവഴികളിലേക്ക്
മിന്നൽ വീശി
എന്റെ ഞരമ്പുകൾ കരിഞ്ഞു."

ഇവിടെ മനുഷ്യർക്കിടയിൽ ഭാഷയില്ല. നോട്ടം മാത്രമേയുള്ളൂ. പേരില്ലാത്ത മനുഷ്യർക്ക് ഭാഷയില്ല. അതുകൊണ്ട് അവർ നോട്ടത്തിന്റെ ഭാഷയിൽ അഭയം തേടുന്നു. പക്ഷെ അത് ഔപചാരിക ഭാഷകളേക്കാൾ ശക്തിയുള്ളതാണ്. ഞരമ്പുകളെ കരിയിക്കാൻ ശേഷിയുള്ള ബദൽ ഭാഷയാണത്. നോട്ടം മാത്രമല്ല ഏകാന്തതയിൽ ജീവിക്കുന്ന വെളുത്ത റോസാപ്പൂക്കളും അവരുടെ ഭാഷയാണ്.

ഭാഷയില്ലാത്ത വിനിമയം ആർദ്രയെ വല്ലാതെ പ്രലോഭിപ്പിക്കുന്നുണ്ട്. ആത്മം എന്ന കവിത ഈ സമാഹാരത്തിലെ വേറിട്ട് നിൽക്കുന്ന ഒരുജ്ജ്വല സൃഷ്ടിയാണ്. ഈ കവിതയിൽ ആഖ്യാതാവിന്റെ മടിയിൽ കിടക്കുന്ന മനുഷ്യൻ ഒന്നും സംസാരിക്കുന്നില്ല. തന്റെ "മുറിയൻ പാട്ടുകൾ കേട്ട് ചിരിച്ചുറങ്ങുന്ന ഒരേ ഒരാളാണ് അയാൾ". താൻ കഴിച്ച റൊട്ടിയുടെ ബാക്കി തിന്ന് അയാൾ സംതൃപ്തിയോടെ ഉറങ്ങുന്നു. ഒപ്പം ജീവിക്കാൻ താൻ അയാൾക്ക് അനുവാദം കൊടുത്തിരുന്നില്ലെന്നും അയാളത് ആവശ്യപ്പെട്ടിരുന്നില്ലെന്നും ആഖ്യാതാവ് പറയുന്നു. മടിയിലുറങ്ങുന്നയാൾക്ക് പരിദേവനങ്ങളൊന്നും ഉണ്ടായിരുന്നില്ല. ആഖ്യാതാവിന് കാല് വേദനിക്കുമ്പോൾ അയാളുടെ ചുമലിൽ ചാഞ്ഞിരുന്നു. സ്പർശം മാത്രമാണ് അവർക്കിടയിലെ ഭാഷ.

"അയാളൊരിക്കലും
എന്നെ കളിയാക്കിയില്ല
അയാൾക്കേ അറിയൂ
എന്റെ വീട് അയാൾ മാത്രമാണെന്ന്
അയാളുടെ ചിരിച്ച മുഖത്തിന്റെ
സൂക്ഷിപ്പുകാരനാണ് ഞാൻ"

ഇവിടെ പരസ്പരം തിരിച്ചറിയുന്നത് സ്പർശത്തിലൂടെയാണ്. നേരത്തെ നോട്ടം ഭാഷയാകുന്നതിനെക്കുറിച്ച് സൂചിപ്പിച്ചുവല്ലോ. അതേപോലെ ഇവിടെ സ്പർശമാണ് ഭാഷയാകുന്നത്. ദ്വന്ദ്വമെന്ന കവിതയിലും ഭാഷയില്ലാതെ ആഴത്തിലുള്ള വിനിമയം നടക്കുന്നുണ്ട്.

ശിൽപ്പിയും ആഖ്യാതാവുമാണ് കവിതയിലെ കഥാപാത്രങ്ങൾ.

"അയാളൊരിക്കലും
എന്നെ പേര് വിളിച്ചില്ല
ഞാൻ അയാളേയും
എന്നിട്ടും അയാളുടെ മൂളിപ്പാട്ടുകളിൽ
ഞാൻ എന്നെ കണ്ടു"

ഭാഷയില്ലാത്ത പാട്ടാണ് മൂളിപ്പാട്ട്. മൂളിപ്പാട്ടിലാണ് ഇവിടെ ആത്മദർശനം നടക്കുന്നത്. ഈ മനുഷ്യരാകട്ടെ പേരില്ലാത്തവരാണ്. അതായത് ഭാഷക്ക് വെളിയിൽ നിൽക്കുന്നവർ. അവർ വിനിമയത്തിനായി മറ്റൊരു ഭാഷ തേടുകയാണ്.

"അയാളിലേക്ക് ആഴ്ന്നിറങ്ങി
ഞാൻ ഇല്ലാതാവുംവരെ

അയാൾ ശില്പിയായി.

എന്നിലേക്ക് ചാടി
അയാൾ ജീവനൊടുക്കുംവരെ
ഞാൻ ശിൽപ്പവും"

ചുരുക്കത്തിൽ മൗനംകൊണ്ടും സ്പർശംകൊണ്ടും ഭാവനകൊണ്ടും ഭാഷയെ പ്രതിരോധിക്കാനുള്ള കഠിനയത്നമാണ് ആർദ്രക്ക് കവിത. ഭാഷയുമായുള്ള ഈ യുദ്ധത്തിൽ ഈ കവി വിജയിച്ചിരുന്നെങ്കിൽ!

കവിതകൾ

ഓർക്കിഡിയസ്

സ്നേഹിക്കപ്പെടാതെ പോകുന്ന
സ്ത്രീകൾക്ക്
വയലറ്റ് നിറമായിരിക്കും...
അവരുടെ
വാരിയെല്ലുകൾക്കിടയിൽ
ഓർക്കിഡുകൾ
പൂത്തു നിൽക്കുന്നുണ്ടായിരിക്കും...
വിളറിയ മാംസത്തിന് കീഴെ
ഞരമ്പുകൾക്കിടയിലൂടെ
വേരുകൾ പടർത്തി
ആ പൂക്കൾ വിരിഞ്ഞു നിൽക്കുന്നത്
പക്ഷെ
ആരും കാണുകയുണ്ടാവില്ല...

വയലറ്റ് നിറമുള്ള
ഓർക്കിഡുകളിലാണ്
അവർ
ദ്രവിച്ച പോയ
സ്വന്തംആത്മാക്കളെ
കുടിയിരുത്തുന്നത്...
ഓരോ പൂവും
ആർക്കും വേണ്ടാതെ പോയ
അവരുടെ പ്രണയങ്ങളായിരിക്കണം...

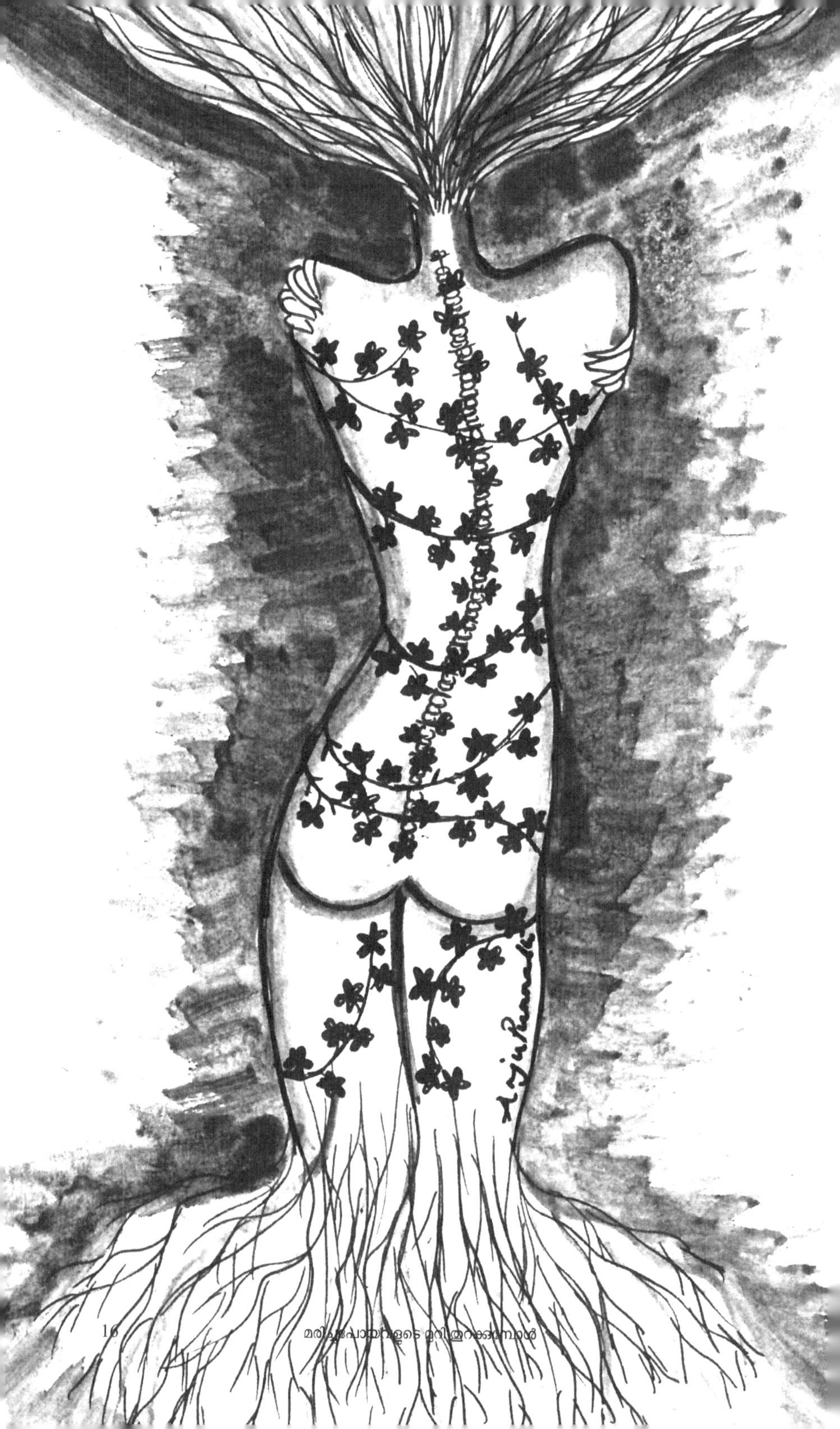

അവരുടെ തലകളിലെല്ലാം
നീലവെളിച്ചം
ഞെരുങ്ങി നിൽക്കുന്നത്
വെറുങ്ങലിച്ച [illegible]
പ്രണയങ്ങൾക്ക്
തമ്മിൽ തമ്മിൽ കണ്ട്
ചിരിക്കാനായിരിക്കണം..

സ്നേഹിക്കപ്പെടാതെ പോയ
സ്ത്രീകളുടെ അടിവയറ്റിൽ
ഉറവ വറ്റിയ കടലും
ചത്തുമലച്ച തിരകളും
മാത്രമല്ലെന്ന് പറഞ്ഞ്
വയലറ്റ് നിറമുള്ള
പ്രണയങ്ങൾ
രക്തത്തിൽ കലരുമ്പോഴായിരിക്കണം
സ്നേഹിക്കപ്പെടാതെ പോയ
ഓരോ സ്ത്രീയും
ഏറ്റവും മനോഹരമായ
രതിമൂർച്ഛ അനുഭവിക്കുന്നത് !

സ്നേഹിക്കപ്പെടാതെ പോവുന്ന
സ്ത്രീകൾക്ക് എന്നും
വയലറ്റ് ഓർക്കിഡുകളുടെ
മണമായിരിക്കും..
മരണത്തിനപ്പുറവും
അവരുടെ കാൽ വിരലുകളിൽ
ഓർക്കിഡുകൾ
പൂത്തുനിൽക്കുന്നത് നോക്കു...
സ്നേഹിക്കപ്പെടാതെ
പോകുന്ന സ്ത്രീകളുടെ
ശരീരം വരണ്ടുപോയിരിക്കും
എന്നത്
നിരന്തരം സ്നേഹിക്കപ്പെടുന്നവരുടെ
തോന്നൽ മാത്രമായിരിക്കും !

●

വിപരീതം

വേട്ടയാടലിന്റെ രീതിശാസ്ത്രം
നീയാണ് എന്നെ പഠിപ്പിച്ചത്.
പകരം
നിന്നെ ഞാൻ
സ്നേഹിക്കാൻ പഠിപ്പിച്ചു.
എന്റെ നീണ്ട മുടിയിഴകൾ
ചേർത്തുകെട്ടി
നീ ചിലന്തിവലകൾ നെയ്തപ്പോൾ
ആ വലക്കണ്ണികളിൽ
ഞാനെന്റെ സ്നേഹം
അരച്ചുപുരട്ടി.

എന്റെ ഉമിനീർ ഒരിക്കലും
രാസായുധമാവില്ലെന്ന്
നിനക്കറിഞ്ഞുകൂടെ,
അതിന്റെ രാസനാമം
സ്നേഹം എന്നാണ്.

നീയെന്തേ
എന്റെ കണ്ണുകളിൽ
സ്വപ്നമായി
മുങ്ങാങ്കുഴിയിടുന്നില്ല!

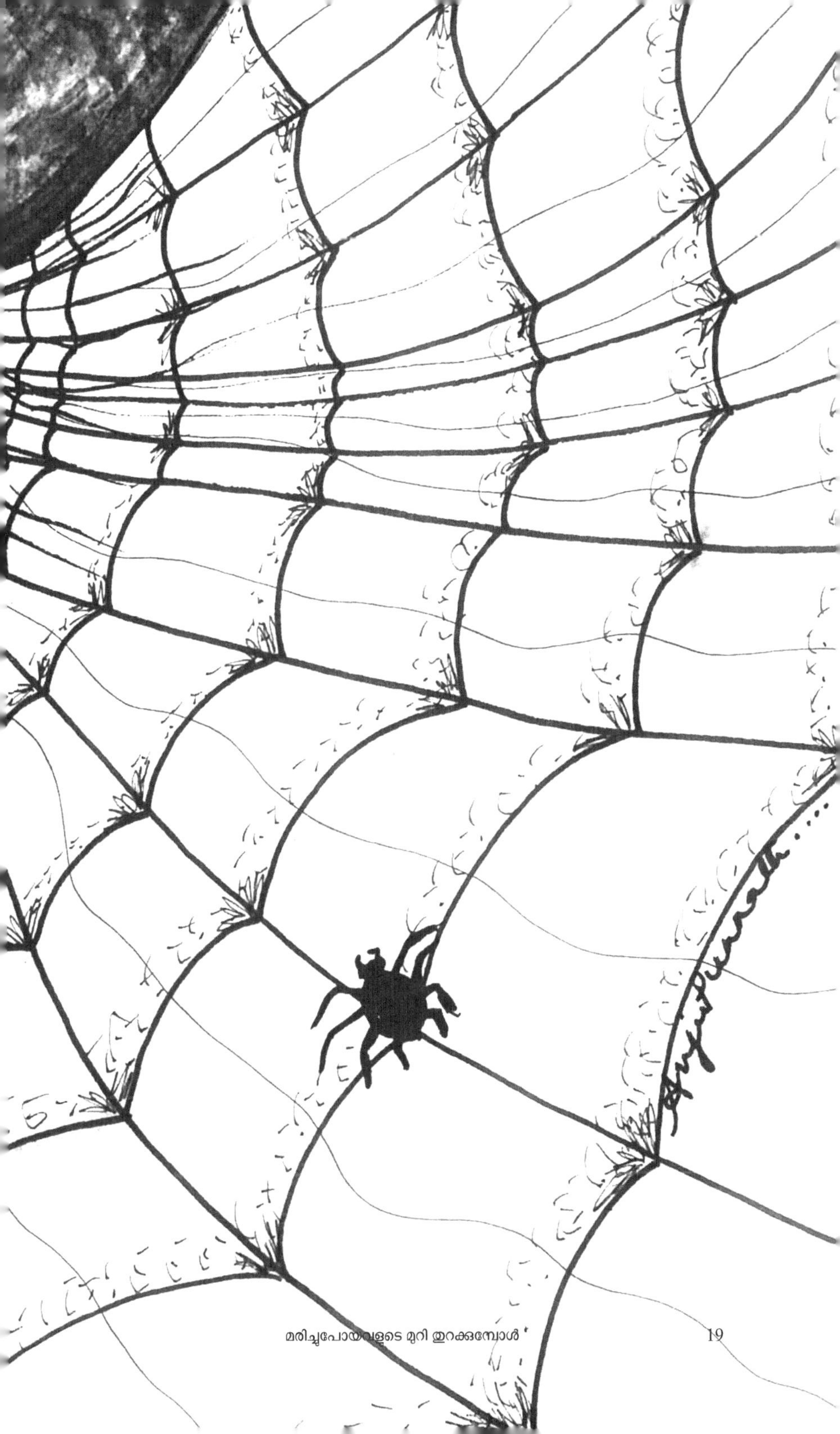

എന്തേ
എന്റെ നിഴലുകളിൽ
നിന്റെ നിഴലിനെ
ഇണ ചേർക്കുന്നില്ല!

എനിക്കറിയാം
ഇരുട്ടിന്റെ ചീളുകൾ കൂട്ടിയുരച്ച്
ഞാൻ വെളിച്ചമാകുമ്പോൾ
നീ നിന്റെ ഇരുണ്ട കണ്ണുകൾ
മുറുക്കിയടക്കാറുണ്ട്.

നീയൊരു വേട്ടക്കാരനല്ല.
നിന്റെ കണ്ണുകൾ, ചുണ്ടുകൾ,
വിയർപ്പ് പൊടിയുന്ന
വിശാലമായ നെറ്റിത്തടം,
എല്ലാം എന്റേതാണ്.
നിന്റെ നാഡികളിൽ
എന്റെ ആത്മാവ്
നിനക്കുപോലും പിടിതരാതെ
കുതറിയോടുന്നുണ്ട്.

നീ ഇരയാകുന്നു.
വർഷങ്ങളോളം
ഹൃദയത്തിലടഞ്ഞിരുന്ന്
വീര്യമേറിയ എന്റെ സ്നേഹത്തിന്
വേട്ടയാടാനുള്ള ഇര.

അല്ലാ, നീ കരയുകയാണോ !
●

ഏകാന്തതയുടെ ചിത്രപ്രദർശനം

ഏകാന്തതയെ വിൽക്കാൻ വെക്കുന്ന
എണ്ണമില്ലാത്ത തെരുവുകളിലൊന്നിലാണ്
എന്റെ ആദ്യ ചിത്രപ്രദർശനം...

ഒറ്റക്കിരിക്കുന്ന പെൺകുട്ടിയുടെ
നീണ്ട മുടിയിഴകളിൽ തൂങ്ങിനിൽക്കുന്ന
പാമ്പിൻ മാളങ്ങൾ പോലെയാണത്രെ
ഞാൻ വരച്ച ചിത്രങ്ങൾ...
അവർ ഇപ്പോഴും പറയുന്നു
എന്റെ ചിത്രങ്ങൾക്ക്
പൂപ്പലിന്റെ അസഹ്യമായ ഗന്ധമാണെന്ന്...
എന്റെ നിറക്കൂട്ടുകളിലൊക്കെ
കറുപ്പിന്റെ അതിപ്രസരമാണെന്ന്...
ഞാൻ വരക്കുന്നതെല്ലാം
ഒറ്റകളെയാണെന്ന്...
ഓരോ ചിത്രത്തിനും
വിണ്ടു കീറിയ കാലുകളും
കറുത്ത ചുഴികളിൽ പെട്ട കണ്ണുകളും
കരച്ചിലിന് വക്കിലെത്തിയ ഒരു ചിരിയും മാത്രമേ ഉള്ളൂവെന്ന്....

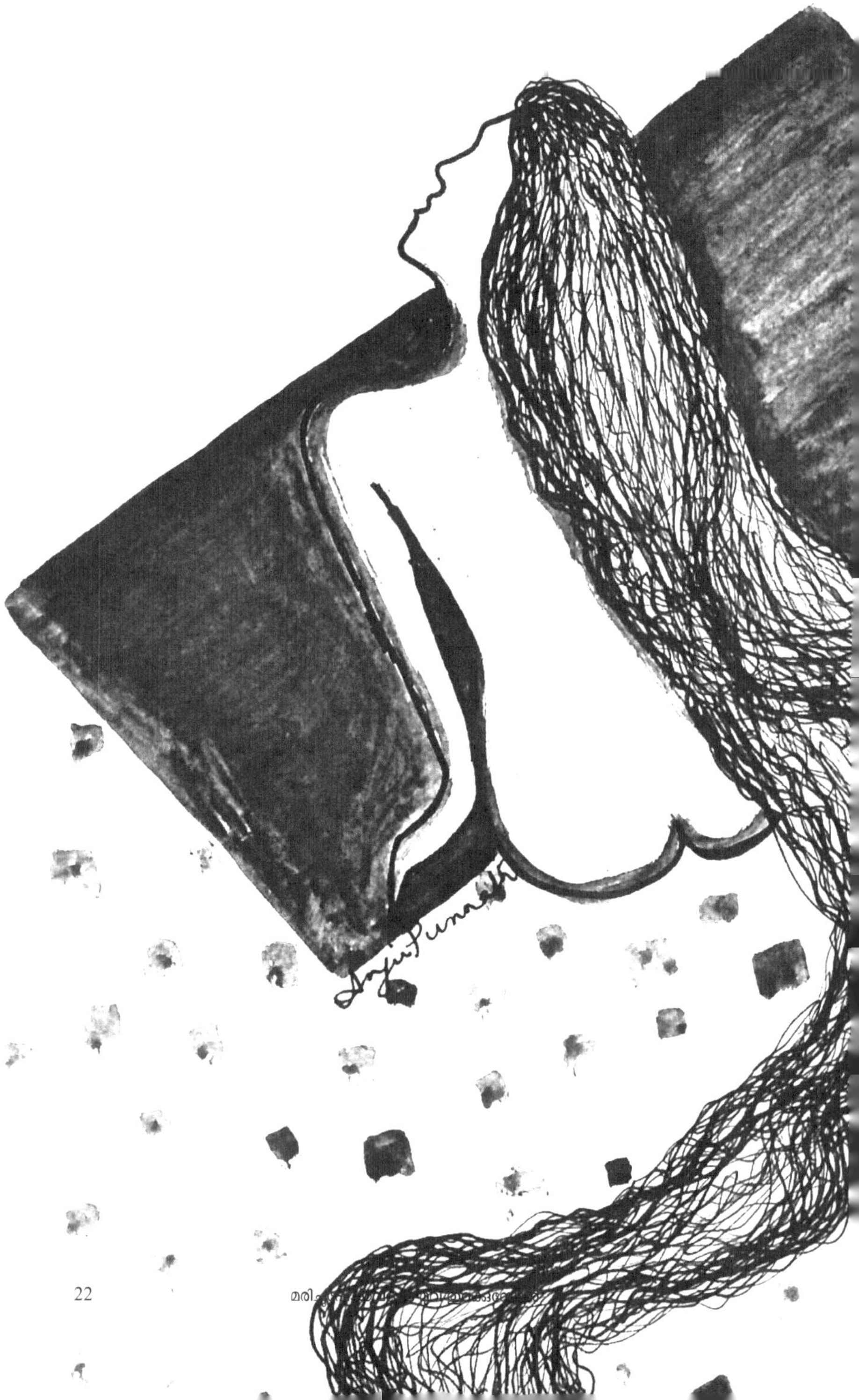

എന്നാലും നിങ്ങൾ വരുമെന്നെനിക്കറിയാം...
എന്റെ ചിത്രപ്രദർശനം
എനിക്ക് വേണ്ടി മാത്രമാണെങ്കിലും
അത് തുടങ്ങുന്നത് നിങ്ങളിൽ നിന്നാണ്....
നിങ്ങൾ കുടിച്ചു തീർത്ത
എന്റെ ഏകാന്തതകളിലാണ്....
●

പാട്ടായവൾ

ആറു ദിവസത്തെ ആലോചനക്ക് ശേഷമായിരുന്നു ആ പെൺകുട്ടി
ഒരു പാട്ടാവാൻ തീരുമാനിച്ചത്...
കേൾക്കുന്ന പാട്ടുകളിലെല്ലാം
അവൾ കയറിക്കൂടാൻ ശ്രമിച്ചു...
കട്ടിക്കണ്ണട വച്ച് മുടി വെട്ടിയൊതുക്കിയ
പെൺകുട്ടിക്ക് ഒരിക്കലുമൊരു
പാട്ടാവാൻ കഴിയില്ലെന്ന്
പറഞ്ഞപ്പോഴൊക്കെ
ആ പെൺകുട്ടി ചൂളം വിളിച്ചു...
ഒരു പുസ്തകം പോലെ
പരന്നു പരന്നു കിടന്നു...
ജംഗ്ഷനിലെ ഉച്ചഭാഷിണി പോലെ
ഒച്ചവച്ചു കൊണ്ടിരുന്നു...

അനുസരണയില്ലാത്ത ആ പെൺകുട്ടി
ഞങ്ങളെല്ലാവരും നോക്കി നിൽക്കെ
ഒരു പാട്ടായി മാറിയത് എന്നാണാവോ...
ഞങ്ങളുടെ നാട്ടിലിപ്പോൾ
അടുക്കളയിലും കിടപ്പറയിലും
മാത്രമേ പാട്ടുകൾ വക്കാറുള്ളൂ...

വഴിതെറ്റിയ പാട്ടുകളെയെല്ലാം
ഇനി അപ്പാടെ കൊന്നുകളയും...

കേൾക്കുന്ന ശബ്ദങ്ങളെല്ലാം
പാട്ടുകളാക്കി മാറ്റിയ പെൺകുട്ടി
ഇപ്പോൾ പാട്ടിനുള്ളിലെ ശബ്ദമാവാൻ
തീരുമാനിച്ചിരിക്കുന്നുവത്രെ...
മുടി മുറിച്ച് കയ്യില്ലാകുപ്പായമിട്ട
അനുസരണയില്ലാത്ത
പെൺകുട്ടി
ഇപ്പോഴും ഇതുവഴി
ചിരിച്ച് തുള്ളി
നടക്കാറുണ്ട്...
വഴിയരികിലിരുന്ന്
ചൂളം വിളിക്കാറുണ്ട്...
അപ്പോഴൊക്കെ
ഉയിർത്തെഴുന്നേറ്റ
വഴിപിഴച്ച പാട്ടുകളോരോന്നും
അവൾക്ക് ചുറ്റും
ചുവടുവച്ചുകൊണ്ടിരിക്കും.....
●

വിച്ക്രാഫ്റ്റ്

അവർ
ഓറഞ്ചുകളുടെ തൊലി
പൊളിച്ചെടുക്കുകയാണ്.
ചുറ്റുഗോവണികൾ കണക്കെ
അവ അഴിഞ്ഞുവീഴുന്നു.
അവർ മൂന്ന് പേരാണ് .
ഓറഞ്ചുനീരിൽ കുതിർന്ന്
പുളിപ്പ് വന്ന ചുണ്ടുകളുള്ളവർ.
കൊഴുപ്പുകെട്ടിയ ശരീരമുള്ളവർ .
ഇടിഞ്ഞുവീണ മുലകളിൽ
വെന്തുകിടക്കുന്ന കടുംചുവപ്പ്.
അവർ മുടിയഴിച്ചിട്ട്
നീണ്ടുണങ്ങിയ കാലുകൾ
യുഗങ്ങളായി
നീട്ടിപ്പരത്തിയിരിക്കുന്നു.

അവർ മന്ത്രവാദിനികളാണെന്ന്
വഴിയരികിലെ ചുമരുകളിൽ
വലുതായി എഴുതിയിട്ടുണ്ട്,
കവലയിൽ നിന്ന്
അവരിരിക്കുന്നിടം വരെ..
പെണ്ണുങ്ങളും കുഞ്ഞുങ്ങളും

അതുവഴി നടന്നുകൂടാ..
മന്ത്രവാദിനികൾ
ഓറഞ്ചുനീരു പിഴിഞ്ഞ്
കണ്ണിലേക്കൊഴിക്കും..
ആൺകണ്ണുകൾ
ക്ഷാരരസമുള്ളവയാണെന്ന്
എല്ലാവരും വിശ്വസിച്ചു.
അവ ഓറഞ്ചെരിവിനെ
തണുത്ത വെള്ളമാക്കും..
ആണുങ്ങൾ പെണ്ണുങ്ങളോടും
പെണ്ണുങ്ങൾ കുഞ്ഞുങ്ങളോടും
പറഞ്ഞു പറഞ്ഞ് അത്
മന:പാഠമാക്കി.

മന്ത്രവാദിനികൾക്ക്
നല്ല വാക്കുകൾ ഉപദേശിക്കാൻ
ഞങ്ങളുടെ ആണുങ്ങൾ
ജാഥയായി പോയിക്കൊണ്ടിരുന്നു.
മീശത്തുമ്പു തടവി
പുഴകടന്നുചെന്നവർ
ആഴ്ചകളോളം,
മാസങ്ങളോളം
ഉപദേശിച്ചു തളർന്നു.
മന്ത്രവാദിനികൾ അവർ മൂന്നുപേർ
സ്വസ്ഥരായി
ഓറഞ്ചുകളുടെ തൊലിയടർത്തി.

കലിമൂത്തവർ
കടുംചുവപ്പ് മുലകൾ നോക്കി
ഉറഞ്ഞുതുള്ളി കൈ നീട്ടി.
ആറ് മുലകളൊന്നാകെ എരിവ് ചീറ്റി..
ഓറഞ്ചുനീരു വീണ്
കട്ടിമീശകൾക്കും
അഹന്താഭാരത്തിനും നടുക്ക്
കണ്ണുകളപ്പാടെ കുഴിഞ്ഞു പോയവർ
ഓരോന്നായി പുഴകടന്നെത്തി.

ഓറഞ്ച് നീരിന്റെ എരിവ് ..
അതിന് കത്തിപ്പടരുന്ന മണം.

മന്ത്രവാദിനികൾ
ഉറക്കെ പാട്ടുകൾ പാടുന്നു.
അവർ പറയുന്ന കഥകൾ
അശരീരികളായി
വഴിയരികിലെ ചുമരുകളിൽ
തട്ടിത്തട്ടിപ്പരന്നു.
അതു കേട്ട പെണ്ണുങ്ങളുടെ
കൈവിരലിൽ, കാൽവിരലിൽ
മുലഞെട്ടിലെല്ലാം
ഓറഞ്ചുനീര് പൊടിഞ്ഞു...
കാലപ്പഴക്കം വന്ന തൊലികൾ ഉരിഞ്ഞുകളഞ്ഞ്
അവർ പുഴകടന്നു..
മലകൾക്കുമീതെ കൈപിടിച്ചു നടന്നു.
ഓറഞ്ചുമണം നിറഞ്ഞു...

അവിടെ
മൂന്ന് പേരിരുന്ന് ഓറഞ്ചുകളുടെ
തൊലി പൊളിക്കുകയാണ്..
തൊലിപൊളിച്ച്
കഥകൾ പറഞ്ഞു നടന്നതിന്
നാടുകടത്തിവിട്ട
മൂന്ന് സ്ത്രീകൾ ..
കല്ലേറുകൊണ്ട്, ചില്ലിലുരഞ്ഞ്
മുല ചുവന്ന,
കാലുകൾ പരന്നുപോയ,
മന്ത്രവാദിനികൾ ...

●

ആർട്ടിസ്റ്റ്

ഒരു കവിത പോലുമെഴുതാതെ
ആകാശത്തിനും ഭൂമിക്കുമിടയിൽ
മുട്ടുകുത്തിയിരിക്കുകയാണ്....
ഞാനും ഒരു പാമ്പും...
കറുത്ത കാൻവാസിൽ
നാവു കൊണ്ട് ചിത്രം വരക്കുന്ന
പാമ്പ്.
പാറകത്തിന്റെ ഇല കൊണ്ട്
നാല്പത് ദിവസം തേച്ച് കുളിച്ചിട്ടും
ദേഹത്തിന്റെ മഞ്ഞനിറപ്പുള്ളികൾ മായാഞ്ഞതിൽ മനം നൊന്ത്
കരയാറുണ്ടായിരുന്നു അവൻ...
അതുകൊണ്ടാവണം,
അവന്റെ ചിത്രങ്ങളത്രയും
വിഷാദത്തിന്റെ നിഴൽക്കുറിപ്പുകളായി
കാൻവാസിൽ അവശേഷിച്ചു.

മടുപ്പിന്റെ ആവിച്ചുഴികളിൽ
അവന്റെ ചിത്രങ്ങൾ
കടും നിറങ്ങളുടെ വലയം സൃഷ്ടിച്ച്
ചുരുണ്ടു മയങ്ങി.
മഞ്ഞപ്പുള്ളികൾ നിറഞ്ഞ കോലനുടലിനെ
താളാത്മകമായി ചലിപ്പിച്ച്

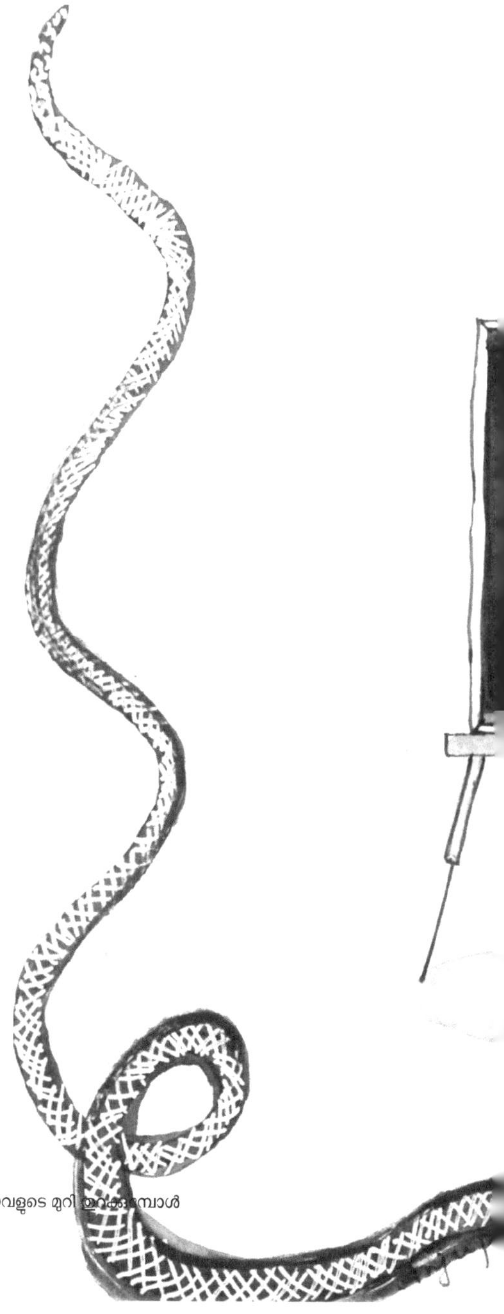

പാമ്പ്
കറുത്ത കാൻവാസിൽ
വിഷാദം ചീറ്റി...

അതിനുമപ്പുറം കവിതയില്ലെന്ന
അശരീരി വാക്യം ഉരുവിട്ട്
പാമ്പിനു മുന്നിൽ
ഞാൻ മാത്രം മുട്ടുകുത്തിയിരുന്നു.
കവിത ചത്തു മലച്ച എന്റെ കണ്ണുകൾ
അവന്റെ മഞ്ഞനിറപ്പുള്ളികളുടെ
വിഷാദഛായയെ
ഗാഢമായി പുണർന്നു.
എന്റെ കറ പിടിച്ച
ചുണ്ടുകളിൽ നിന്നൊഴുകിയ
കറുത്ത ചുംബനങ്ങളിൽ
പാമ്പിന് വിഷാദം തീണ്ടി.

ഒരു കവിത പോലുമെഴുതാത്ത
ഒരേയൊരുവളായി ഞാൻ
ആകാശം നോക്കിക്കിടക്കുമ്പോൾ
മഞ്ഞപ്പുള്ളികൾ തെളിഞ്ഞു തുടങ്ങിയ
എന്റെ ഉടലിനു താഴെ
ഭൂമി
വിഷാദത്തിന്റെ കടലിടുക്കുകൾ ഒളിപ്പിച്ചു.
ചിത്രം വരക്കുന്ന പാമ്പിന്റെ
ചിതറി വീണ കാൻവാസുകൾ
എന്നെ അവസാനത്തെ കടലിടുക്കിലേക്ക്
ഒഴുക്കി വിടുകയായിരുന്നു അപ്പോൾ.

●

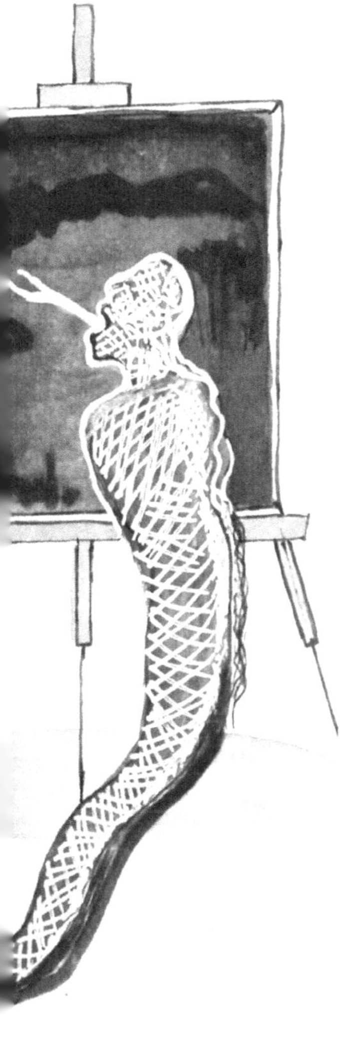

സോളിലോക്കി

നിങ്ങൾ പുറമെ കാണുന്ന
ഒരു സ്ത്രീയേ അല്ല ഞാൻ.
എന്റെ ഉള്ളിൽ
ആർക്കും മനസ്സിലാവാത്ത
ഭാഷയിലെഴുതിയ
അർത്ഥമില്ലാത്ത വാക്കുകളാണ്.
എന്റെ കൂട്ടുകാരനെ കരയിച്ചതോർത്ത്
അർത്ഥമില്ലാത്ത വാക്കുകളെ ഇറുക്കിപ്പിടിച്ച്
ഞാനെത്രയിരുന്നിരിക്കുന്നു...
എനിക്കവയോട് കുഞ്ഞുങ്ങളോടെന്ന പോലെ
സ്നേഹം തോന്നും..
എന്റെ കൂട്ടുകാരനറിയാത്ത
എന്റെ ജാര സന്തതികൾ !

എന്റെ കൂട്ടുകാരന്
ഞാൻ സംസാരിക്കുന്ന
ഭാഷയറിയില്ലായിരുന്നു.
പാട്ടുകൾ കേട്ടാണ്
ഞങ്ങൾ പ്രണയിച്ചത്..
അവന്റെ ഭംഗിയുള്ള ശബ്ദത്തിൽ നിന്ന്
ഞാനൊരു ഭാഷയുണ്ടാക്കി..
ഞാനൊരു ഭാഷാ ശാസ്ത്രജ്ഞ കൂടിയാണ് .

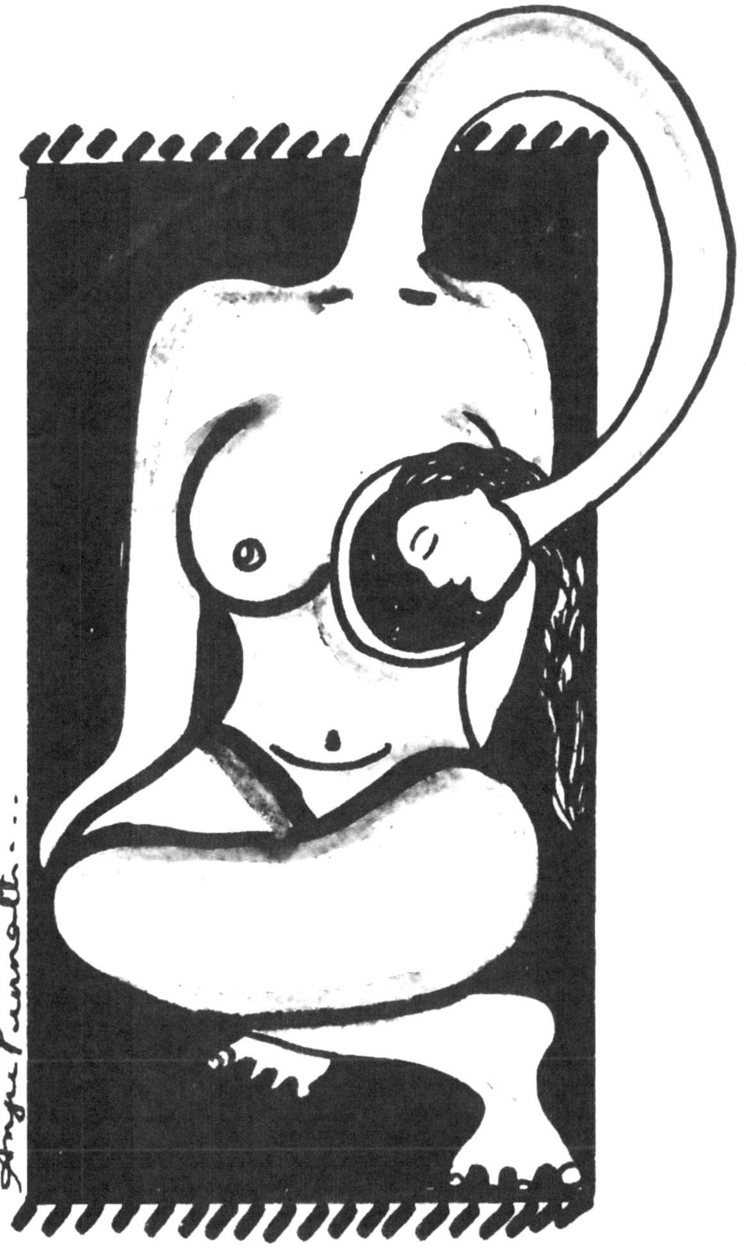

പക്ഷെ എത്രയേറെ പരീക്ഷിച്ചിട്ടും
അർഥമില്ലാതെ അന്യാധീനപ്പെട്ടുപോയ
വാക്കുകളെ എനിക്കൊരിക്കലും
ഞങ്ങളുടെ പുതിയ ഭാഷയിലേക്ക്
കുടിയേറ്റിപ്പാർപ്പിക്കാനായില്ല.

നിങ്ങൾ പുറമെ കാണുന്ന
സ്ത്രീയേ അല്ല ഞാൻ ..
ഞാൻ ഉപേക്ഷിച്ചു പോയ
പലരോടും ചോദിച്ചു നോക്കൂ...
അവർ പറയും പോലെ
ഞാനൊരു നുണച്ചിയാണ്.
നാട്യക്കാരി...
എന്റെ പാഴ്‌വാക്കുകളെ
വലിച്ചെറിയാൻ
അതിലൊരാൾ എന്നോട് പറഞ്ഞിരുന്നു.
ഞാൻ
ഒന്ന് വെറുങ്ങലിച്ചു പോവുക മാത്രമേ ഉണ്ടായുള്ളൂ...

നിങ്ങൾ കാണുന്ന ഈ സ്ത്രീയെ അല്ല ഞാൻ..
നിങ്ങളും ഞാനും രണ്ട് ലോകങ്ങളിലാണ്.
ഏകപാത്ര നടകത്തിലെന്ന പോലെ
ഞാൻ എന്റെ ലോകത്തിരുന്നു
എന്റെ കൂട്ടുകാരനെയോർത്തു.
ഞാൻ ഉപേക്ഷിച്ചു പോയ
മനുഷ്യരെയും.
നിങ്ങളുടെ ലോകത്ത് നിന്നും
എന്റെ ചിന്തകളെക്കൂടി മോചിപ്പിക്കേണ്ടിയിരിക്കുന്നു.
ഞാനൊരു അതി സങ്കീർണമായ
പദപ്രശ്നമാണ്.
നിങ്ങൾക്കോ എനിക്കോ
ഉത്തരം കിട്ടാത്ത ഒന്ന്.
●

മരണാനന്തരം

പേജുകൾ മരിച്ച പുസ്തകത്തിൽ
ഒരു കവിതയുണ്ടായിരുന്നു...

നിഴലുകളുടെ ശബ്ദം ഉരുകിയുറഞ്ഞ
ഉമ്മറപ്പടിയിൽ വച്ച്,
വാക്കുകളിലേക്ക് നിറയൊഴിച്ച്
അതിനെ നിങ്ങൾ
ഞങ്ങൾക്കിടയിൽ തന്നെ
മറവ് ചെയ്തിരിക്കുന്നു...

മരിച്ച കവിത
എന്നെ നോക്കി ചിരിക്കുന്നുണ്ട്...
ആളൊഴിഞ്ഞ കെട്ടിടത്തിൽ
ഞാനും ആ കവിതയും
ഒരു ചിരിയുടെ ദൂരത്തിൽ
ഒന്നും മിണ്ടാതെ
തെറിച്ച വീണ വെടിയുണ്ടകൾ
പെറുക്കിയെടുക്കുകയാണ്...
അക്ഷരങ്ങളിൽ നിന്ന് ചോര തെറിക്കുമ്പോഴുള്ള ശബ്ദം
അത് പതിയെ
എനിക്ക് കേൾപ്പിച്ച് തരുന്നു...
ഒഴുകുന്ന ചോരക്ക്

മറവിയുടെ മണമാണെന്ന
അത് സ്വകാര്യം പറയുന്നു...

മരിച്ച കവിതയും ഞാനും
പരസ്പരം നോക്കാതെ
വാക്കുകൾക്ക് ചിതയൊരുക്കുന്ന
ദിവസങ്ങളെ ഓർത്ത്,
പരന്നു പിടിച്ച കിനാക്കറകളിൽ
ജീവിതം തിരഞ്ഞു കൊണ്ടിരിക്കുന്നു...
●

ഹെർ സ്റ്റോറി

നീണ്ട മൗനമായിരുന്നു ആദ്യം.
പിന്നീട് അവൾ പുഞ്ചിരിച്ചു.
നിർത്താതെ പൊട്ടിച്ചിരിച്ചുകൊണ്ട്
നിലത്തു കിടന്നുരുണ്ടു.

അതൊരു മഞ്ഞച്ച വൈകുന്നേരമായിരുന്നു.
അവളുടെത് നീലിച്ച മുഖവും.
ഇടനാഴിയിൽ നിന്ന് കിടപ്പുമുറി വരെ,
ഓരോ തവണയും
വെളുത്ത മാർബിൾ കട്ടകളെ
ഇറുക്കിപ്പിടിച്ചുകൊണ്ട്
ഉരുണ്ടുരുണ്ടുകൊണ്ടിരുന്നു അവൾ.
ഒച്ചയില്ലാതെ കിടക്കുന്ന
പോയ കാലങ്ങളിൽ തട്ടിത്തടഞ്ഞ്
അവളുടെ ചിരികളത്രയും
വിഭ്രാന്തിയുടെ മുഴക്കമുണ്ടാക്കി.

ബുക് ഷെൽഫിനകത്ത്
ഉറങ്ങിക്കിടന്ന
പർപ്പ്ൾ പൂമ്പാറ്റകൾ
പാതിയുറക്കത്തിൽ പുറത്തേക്ക് തല നീട്ടി

അവളുടെ ഉരുണ്ടുരുണ്ടുള്ള ചിരി നോക്കി
കണ്ണു തിരുമ്മി.
ശേഷം
ഉറക്കത്തിന്റെ മറുപാതി തേടിപ്പോയി.

വാടിത്തുടങ്ങിയ ഒരു കുഞ്ഞു ചെടി
തുറന്നിട്ട ജനലിലേക്ക് ചാഞ്ഞു.

കുപ്പിപ്പാത്രത്തിൽ അകപ്പെട്ട
അവസാന മീൻ മാത്രം
അവളുടെ ഉരുണ്ടചിരിക്കളി
കൗതുകത്തോടെ കണ്ടുനിന്നു.
ഒഴിഞ്ഞ ഭിത്തികളും
രണ്ട് ചിലന്തികളും
മാസങ്ങൾക്ക് ശേഷം
ഉറക്കെ ചിരിച്ചു,
ഉറക്കെ ഉറക്കെ ..

അവൾ ചിരി നിർത്തി!
ചുറ്റും നോക്കി!
പുഞ്ചിരിച്ചു!
തുറന്നുകിടന്ന ജനലുകൾ
ഓരോന്നായി അടച്ചു.
തൂവെള്ള കർട്ടനുകൾ അവയെ മൂടിക്കിടന്നു.

ഒഴുക്ക് കുറഞ്ഞ്, തെളിഞ്ഞ
ഒരു പുഴ പോലെയാണ്
അവൾ നടന്നത്,
ഇടനാഴി മുതൽ കിടപ്പുമുറി വരെ.

ഒറ്റനിലവീടിന്
അതിന്റെ പഴയ മുഖഛായ വന്നിരിക്കുന്നു.
അവൾ ഒരിക്കൽക്കൂടെ പുഞ്ചിരിച്ചു!
നിശ്ശബ്ദത കനത്തു!
●

ഛേദം

ഒരു കഥപോലും എഴുതി മുഴുവനാക്കും മുൻപേ
വിഷം കഴിച്ച് മരിച്ചിരുന്നു
അവർ.
എന്നാലും അവരെ
എഴുത്തുകാരി എന്നേ
വിളിച്ചിരുന്നുള്ളൂ ഞങ്ങളെല്ലാം.

അവരുടെ വലതുകയ്യ്ക്ക് വിറയലുണ്ടായിരുന്നു.
സെക്കന്റിൽ മൂന്നു തവണയെങ്കിലും
അത് ഇളകിക്കൊണ്ടിരിക്കും.
എഴുതുന്ന അക്ഷരങ്ങൾ
എപ്പോഴും
പേടിച്ചു പോയ പൂച്ചകളെ
പോലെ നടുവളച്ചും
വെറുങ്ങലിച്ചുമിരുക്കും.

അവരുടെ മുഴുവനാകാത്ത
കഥകളെല്ലാം
ഓരോ പൂച്ചകൾ തന്നെയായിരുന്നിരിക്കണം.
ഒന്നിനു മീതെ ഒന്നായി ചാടിവീണ്
ജീവിക്കാനുള്ള വെപ്രാളത്തിൽ
രോമങ്ങൾ നഷ്ടപ്പെടുന്ന പൂച്ചകൾ

അടുക്കളയിലും വരാന്തയിലും
ചുരുണ്ടു കിടക്കുന്നത് കണ്ടിട്ടില്ലേ..
അതുപോലെ തന്നെ....

അവരുടെ കഥകൾ
ഞങ്ങളാരും വായിച്ചിട്ടില്ല.
എങ്കിലും ഞങ്ങൾക്ക്
അതെല്ലാം മന:പാഠമായിരുന്നു.
എല്ലാ കഥകളിലും
നായിക
അവർ തന്നെയായിരുന്നു.

നിറയെ കൈകളും തലകളുമുള്ള
ഒരു ഭീകരജീവിയുടെ
കഥയുണ്ട്...
ഒരോ തലയും അവരോട്
ഉറക്കെയുറക്കെ ആജ്ഞാപിക്കും.
ഒരു കൈ അവരുടെ മുഖത്തടിച്ചേക്കും..
മറ്റൊരു കൈ അവരുടെ
നെഞ്ചിലേക്ക് നീണ്ടുപോകുന്നതായിരിക്കും.
അപ്പോഴെല്ലാം ഓരോ തലയും
പരിഹസിച്ച് ചിരിക്കും.

മറ്റൊരു കഥ
ഉറങ്ങാൻ കഴിയാതെ
രാത്രികളിൽ ഇരുന്നു കരയുന്ന
ഒരു പെൺകുട്ടിയുടേതാണ്.
അവളുടെ വിറയ്ക്കുന്ന കൈകൾ കൊണ്ട്
അവൾ അവൾക്കു തന്നെ
കത്തുകളെഴുതുമത്രേ...

പിന്നേയുമുണ്ട് കഥകൾ...
പൂച്ചകളെക്കുറിച്ചും
അവർ കഥകളെഴുതിയിട്ടുണ്ട്.
മുഴുവനാവാത്തതിനാൽ

അവക്കൊന്നും പേരുകളോ
വായനക്കാരോ ഉണ്ടായിരുന്നില്ല.

അവരെഴുതിത്തുടങ്ങിയ
അവസാനത്തെ കഥ
ഞങ്ങൾക്ക്
ഒട്ടും അറിഞ്ഞുകൂടാ..
ഒരു പക്ഷെ
സ്വന്തം വിഷം തൊണ്ടയിൽ കുടുങ്ങി
ശ്വാസം കിട്ടാതെ മരിച്ച
ഒരു പാമ്പിന്റെ
കഥയായിരുന്നിരിക്കണം അത്.
ആ കഥക്ക് പൂച്ചയുടെ
ശരീരമായിരിക്കില്ല.
ഒരു പാമ്പ്
കാലിൽച്ചുറ്റിവരിയുന്നത് പോലെയായിരിക്കാം അത്.

ഞങ്ങൾക്ക് അവരെ, എഴുത്തുകാരിയെ
കാണാം...
അവർ പൂച്ചയെപ്പോലെ
ചുരുണ്ടു കിടക്കുകയല്ല..
നീണ്ട ശരീരം ഇടക്ക് വളച്ച്
നിലത്ത് കിടക്കുകയാണ്.

അതെ... അതു തന്നെയാണ്
അവസാനത്തെ കഥ.
നീലിച്ച ചുണ്ടു വിടർത്തി
അവർ ചിരിക്കാൻ ശ്രമിക്കുന്നുണ്ട്.
അവരുടെ അവസാനത്തെ കഥയും
ഞങ്ങൾ മനഃപാഠമാക്കിയിരിക്കുന്നു.
●

രൂപാന്തരാനന്തരം

കാഫ്കയുടെ ഗ്രിഗർ സംസ
വലിയൊരു പാറ്റയായി
രൂപാന്തരപെട്ടത് പോലെയാണ്
മുന്നറിയിപ്പുകളോ അടയാളങ്ങളോ
ഒന്നുമില്ലാതെ
ഞാൻ ഒരു ആരാച്ചാരായി മാറുന്നത്...
സംസയുടെ വലിയ പാറ്റച്ചിറകുകളെക്കാൾ
ബലമുള്ള കൈകൾ
എന്റെ ശുഷ്കിച്ച
ഉടലിന് ഇരുവശവും
മുളച്ചു വരുന്നത്
നോക്കിയിരിക്കുന്നത്രയും
നിസ്സഹായായായി
എന്നെ ഞാൻ
കാണുകയുണ്ടായിട്ടില്ല...

ആരാച്ചാരായി മാറുമ്പോൾ
കൈകൾക്ക്
കൊലക്കയറിനോളം കട്ടപ്പമായിരിക്കും ..
ഊഷ്മളമായ ഒരു കെട്ടിപ്പിടിത്തം പോലും
അന്യമായിത്തുടങ്ങും.
ഒർത്ഥത്തിൽ,

സ്നേഹത്തിന്റെ ആധിക്യത്തിനും
ശൂന്യതക്കുമിടയിൽ
ഏറ്റവുമധികം സ്നേഹിച്ച മനുഷ്യൻ
അതിപ്രിമിരട്ടിനാനി
വെറുക്കാൻ തുടങ്ങുമ്പോഴാണ്
ആരാച്ചാർമാർ ഉണ്ടാവുന്നത് പോലും !

ഞാൻ ആരാച്ചാരായി മാറിയ ദിവസം
എനിക്ക് ഉറക്കം നഷ്ടപ്പെട്ടിരുന്നു.
ചുറ്റുമുണ്ടായിരുന്ന മനുഷ്യരെയൊക്കെ
കെട്ടിപ്പിടിച്ച് കരഞ്ഞു കരഞ്ഞ്
ഞാൻ കൊന്നു കളഞ്ഞിരുന്നു.
അമ്മയും അച്ഛനും ഭർത്താവും
ആഗ്രഹമില്ലാതിരുന്നിട്ടും
പെറ്റു പോയ കുഞ്ഞുങ്ങളും
രണ്ടു മാസം മാത്രം പ്രായമുള്ള
പ്രേമം വഹിച്ച്
ഒരേയൊരു കാമുകനും
എനിക്ക് ചുറ്റും
മരിച്ചു കിടന്നു അന്നു മുഴുവൻ .
ആരാച്ചാരായതിനാലാവാം
എനിക്ക് മരിക്കാൻ പേടിയാണ്.
ഒന്ന് സ്വയം ചേർത്തുപിടിക്കാൻ
അതുകൊണ്ടു തന്നെ
ഞാൻ ശ്രമിച്ചതുപോലുമുണ്ടായില്ല.

സംസയെപ്പോലെ ഒരു
പാറ്റയായി മാറാത്തതിൽ
എനിക്ക് കുറ്റബോധം
തോന്നിത്തുടങ്ങിയിരിക്കുന്നു.
ഒരു പാറ്റ മറ്റൊരാളുടെയും
കഴുത്തിൽ കുരുക്ക് മുറുക്കുന്നില്ലെന്ന
ഒറ്റക്കാരണത്താൽ
എനിക്കയാളോട് അസൂയ തോന്നുന്നു...
വാതിലിനു പിന്നിലും
സോഫക്കു താഴെയും

ഉത്തരത്തിന്ന മീതെയും മറഞ്ഞിരുന്ന്
ചൂലുകൊണ്ടുള്ള അടികളെ
മാത്രം ഭയന്നുള്ള പാറ്റജീവിതം
എനിക്കൊരിക്കലും ഉണ്ടാവുകയില്ല...

സംസയോട്
എനിക്ക് സ്നേഹത്തോളം
വെറുപ്പും തോന്നുന്നത്
വേറൊന്നിനുമല്ല,
ഒരാരാച്ചാരുടെ
പൂർണ ഭാവവുമുൾക്കൊണ്ട്
ആ വലിയ പാറ്റയെ
മണിക്കൂറുകളോളം മലർത്തിക്കിടത്തി
ഞെരിച്ച് കൊല്ലുന്നതോർത്ത്
ഞാനെന്നെ പതിയെ ചേർത്തുപിടിച്ച്
കരഞ്ഞു തുടങ്ങിയിരിക്കുന്നു.

●

ഫാസിസ്റ്റിന്റെ മരണം

അവളെന്നെ
ഫാസിസ്റ്റ് എന്ന്
വിളിച്ച ദിവസമാണ്
ഞാൻ മരിച്ചത്.
ഞാൻ അവളെ സ്നേഹിച്ചിരുന്നു
അവൾ എന്നെയും.

സംശയത്തോടെ നോക്കേണ്ടതില്ല,
ഞാൻ നെരൂദയൊന്നുമല്ല.
ദു:ഖഭരിതമായ വരികളെഴുതുന്നുമില്ല.
എന്നാലും, പരസ്പരം വെറുത്തിരുന്നത്രയും
ഞങ്ങൾ പരസ്പരം സ്നേഹിച്ചിരുന്നു.

"നിങ്ങൾക്കൊരു ഭീഷണിയുടെ രൂപമാണ്"
അവൾ പറഞ്ഞു.
ഞാൻ ഒന്നും മിണ്ടിയില്ല.
മരണത്തിന്റെ ദേവതയായിരിക്കെ,
വിഷാദത്തിന്റെ തേരാളിയായിരിക്കെ,
എനിക്കറിയാമായിരുന്നു,
ഞാൻ എന്നെത്തന്നെയാണ്
ഭീഷണിപ്പെടുത്തുന്നതെന്ന്.
ഞാൻ ഒന്നും മിണ്ടിയില്ല..

എന്റെ ചുണ്ടുകൾ
ചോരയൊഴുക്കുന്നുണ്ടായിരുന്നു.
ഇനിയുണ്ടാവാനിടയില്ലാത്ത
ചേർത്തുപിടിക്കലുകളോളം
ആഴമുള്ള ചോരച്ചുഴികളിൽ
കാലഹരണപ്പെട്ടുപോയ ഉമ്മക്കൊതികൾ
മുങ്ങിമരിച്ചിരുന്നു.

എന്റെ മുലകളിൽ
വേദന കല്ലിച്ചു.
അവൾക്ക് എന്റെ ജീവിതമൂട്ടിയ
ഇരുണ്ട രണ്ട് മുലഞെട്ടുകളെ
ഞാൻ ഞെരിച്ചുകളഞ്ഞു.
ഒരു ഫാസിസ്റ്റിന്റെ മുലകൾ!

ഞാൻ അനന്തതയിലേക്ക്
കാലുകൾ വിടർത്തിയിരുന്നു.
മീൻ ചത്തുമലച്ച കണ്ണുകളിൽ
അവസാന തുള്ളി കയ്പുനീരും
കെട്ടിക്കിടന്നു.

ഞാനവളെ ഒരിക്കലും കണ്ടില്ല.
ഞാൻ ഫാസിസ്റ്റും,
അവൾ എനിക്കില്ലാത്ത നീതിബോധവുമാണ്.
ഞങ്ങൾ
സ്നേഹിക്കാനായി
ജീവിച്ചവരും
മരിക്കാൻ വേണ്ടി മാത്രം
സ്നേഹിച്ചവരുമാകുന്നു!
●

തിരിച്ചറിയൽ രേഖകളില്ലാത്തവരുടെ നഗരം

ആ നഗരത്തെ
ആരും ഓർക്കുന്നില്ല
ലോകഭൂപടം വരച്ച മനുഷ്യന്റെ
മറവിയായിരുന്നു ആ നഗരം.

പേരുകളില്ലാത്തവരും
പേരുകളിൽ
ചോരവാർന്നു മരിച്ചവരും
അതിന്റെ ഊടുവഴികളിൽ
കുടിയേറിപ്പാർത്തു.

ഒരു കൈലേസു കൊണ്ടു പോലും
അടയാളപ്പെടുത്താതിരുന്നതിനാൽ
അവിടെയാരും
അതിർത്തികളെക്കുറിച്ച്
വാചാലരായില്ല.

സ്ഥാനഭ്രഷ്ടനായ രാജാവിന്റെ
ഒഴിഞ്ഞ ഭിക്ഷാപാത്രമാണ്
അവരുടെ ഭരണകൂടം .
അതിനരികുപറ്റി നിന്ന

ചിറി കോടിയ ദൈന്യതയെ
അവർ അവരുടെ ഭരണാധികാരിയാക്കി..

ആ നഗരത്തിന്റെ ഇടങ്ങളെ
ആരും പങ്കിട്ടെടുത്തിരുന്നില്ല.
തേഞ്ഞുപോയ ശരീരവുമായി
വെറുങ്ങലിച്ചനിന്ന
ചുവന്ന തെരുവിലെ പെൺകുട്ടിയും
നടക്കാനിറങ്ങിയ കവിതയുടെ വഴിയിൽ
കൊല്ലപ്പെട്ട കവിയും
നഗരവീഥിയിലെ ചായക്കടയിൽ
ഒരേ ബെഞ്ചിലിരുന്ന്
ചായ കുടിക്കാറുണ്ട്.
നീതിയെപ്പറ്റിയും സ്വാതന്ത്ര്യത്തെപ്പറ്റിയും
അവർ വാതോരാതെ
സംസാരിക്കും.

അവരുടെ വർത്തമാനങ്ങളിലേക്ക്
തുറന്നു വെച്ചവയായിരുന്നു
നഗരത്തിന്റെ വീടുകൾ .
ഊണമേശക്കു ചുറ്റുമിരുന്ന്
അവസാന തുള്ളി എരിവ്
തൊട്ടു നക്കുന്ന മനുഷ്യൻ അപ്പോഴൊക്കെ
അനാദിയായ കുഴിമാടങ്ങൾ നോക്കി
ദീർഘമായി നിശ്വസിക്കും.

കവിയും പെൺകുട്ടിയും
പറഞ്ഞു തീരുന്നിടങ്ങളിലാണ്
ആ നഗരം
പിന്നിക്കീറിയ പുതപ്പുകൾക്കിടയിൽ
ഉറങ്ങിത്തുടങ്ങുന്നത്.
പലയിടങ്ങളിൽ നിന്നായി
നാടുകടത്തപ്പെട്ട
വിപ്ലവഗീതങ്ങൾ കേട്ട്
നമ്മുടെ കാണാതാവുകളോരോന്നും
കടത്തിണ്ണ യിലിരുന്ന്

തീ കായുന്നതും
ആ നേരങ്ങളിലാണ്.
ഒരിക്കലും പരസ്പരം കാണാത്ത വിധം
എതിർ ദിശകളിലേക്ക്
കണ്ണുനട്ടിരിക്കുന്ന
രണ്ടു കാലങ്ങൾക്കിടയിലാണത്രെ
ആ നഗരം !

പാളങ്ങളിൽ വെന്തു മരിച്ച
തീവണ്ടിയുടെ ആത്മാക്കൾ
ഉറക്കെയുറക്കെ ചൂളം വിളിക്കുന്ന,
ആകാശത്തിനു മുകളിലൂടെ
അനാഥരായ കവിതകൾ
പറന്നു നടക്കുന്ന,
പെരുവിരൽ മുറിഞ്ഞ ആ നഗരം
ഇപ്പോഴും അവിടെത്തന്നെയുണ്ട്..
തിരിച്ചറിയൽ രേഖകളില്ലാത്തതിനാൽ
അതിന്നും നമുക്ക്
അജ്ഞാതമായ
ഒരിടമാണെന്നു മാത്രം !
●

കണ്ണാടിനോട്ടം

എന്റെ മുറിയുടെ മൂലയ്ക്കൽ
ഒരു കണ്ണാടിയുണ്ടായിരുന്നു.
ഞാനതിനെ എപ്പോഴും
വൃത്തിയാക്കിവച്ചു.
പഴയൊരു പാവക്കുട്ടിയുടെ
വയറ് കീറിയെടുത്ത
മഞ്ഞ സ്പോഞ്ചുകൊണ്ട്
കണ്ണാടി തുടച്ചുമിനുക്കി.

പാവയുടെ അവസാന നോട്ടം
കഴുത്തിൽ തുളഞ്ഞെങ്കിലും
ഞാനത് ഗൗനിക്കാതെ
കണ്ണാടിയിലേക്ക് തിരിഞ്ഞു.
യുഗങ്ങളുടെ കനമുള്ള അഴുക്ക്
തുടക്കാൻ തുടങ്ങി.

അഴുക്ക് നീങ്ങുന്തോറും
കണ്ണാടിയുടെ
പൂപ്പൽ പിടിച്ച പ്രതലത്തിൽ
ചിലമ്പിച്ച ഒരു മുഖം
തെളിഞ്ഞുവന്നു.

പണ്ട് ഞാൻ കോറിയിട്ടതായിരുന്നു.
പുരാതനമായ
ആ ഇരുണ്ട ദിവസത്തിന്റെ
കറ മുഴുവൻ
എന്റെ നീണ്ട നഖങ്ങളിൽ
ഇന്നും അടിഞ്ഞു കിടപ്പുണ്ട്.

അത് എന്റെ തന്നെ മുഖമായിരുന്നു.
ആഴത്തിൽ മുറിഞ്ഞ,
ഭയത്തിന്റെ ഭൂപടം.

മുറിവുകളിൽ
ഞാൻ മഞ്ഞ സ്പോഞ്ചമർത്തി.
കട്ടപിടിച്ച ഓർമകളോ
നുറുങ്ങിപ്പോയ ഒരാത്മാവോ
ഒപ്പിയെടുക്കാൻ അതിനായില്ല.

ഞാൻ വീണ്ടും അമർത്തിത്തുടച്ചു..
ഒരു ഒമ്പത് വയസ്സുകാരിയുടെ
സകല വേദനകളും
ഇറുക്കിപ്പിടിച്ച്
മുറിവുണങ്ങാതെ നിന്നു.

അവിശ്വാസത്തിന്റേതായ
ഒരു വിധിയാണിത് !
അഴുകിത്തുടങ്ങിയ
മുറിവുകളിൽ നിന്ന്
സങ്കടങ്ങൾ ഒപ്പിയെടുക്കാൻ
എന്റെ പാവയ്ക്ക് പോലും
ഒരിക്കലും കഴിയുമായിരുന്നില്ല.
മഞ്ഞ സ്പോഞ്ച്
എനിക്ക് നേരെ
ക്ഷീണിച്ച ഒരു നോട്ടമെറിഞ്ഞു.

മുറിവുകൾ മാത്രം,
മുറിഞ്ഞുപോയ ആത്മാക്കൾ മാത്രം,
അള്ളിപ്പിടിച്ച് നിൽക്കുന്ന
ഒരു കണ്ണാടി മാത്രം,
എനിക്കായി അവശേഷിച്ചു.

●

ദ്വന്ദ്വം

ആളൊഴിഞ്ഞ തെരുവിന്റെ
ഒരറ്റം എന്റേതായിരുന്നു.
മറുവശത്ത്,
എനിക്ക് മാത്രം കാണാനാവുന്ന
ഒരു ശില്പിയും.

ഞാൻ ശില്പിയുടെ
കനത്ത നിശ്വാസങ്ങൾ
ശ്രദ്ധിച്ചുകേട്ടുകൊണ്ട് കിടക്കും.
അങ്ങേ അറ്റത്തുനിന്ന്
അയാൾ എന്നെ നോക്കി നിൽക്കും.
കൂർത്തുമൂർത്ത കണ്ണുകളിൽ
അപ്പോഴെല്ലാം ഒരു ചിരിയുണ്ടായിരിക്കും.

ചെവി കേൾക്കാത്തൊരു പക്ഷിയുടെ
ശവമടക്ക് കഴിഞ്ഞ ദിവസം
മിടിപ്പ് നിലക്കാത്ത
രണ്ട് പക്ഷിച്ചിറകുകൾക്കുവേണ്ടി
ഞാൻ പാട്ടുപാടിച്ചുവടുവച്ചു.
ജനലരികിൽ നിന്ന് ശില്പി
പക്ഷിയുടെ ഹൃദയത്തെ
ആകാശത്തേക്ക് പറത്തിവിട്ടു.

അയാൾ കൊത്തിയ ശില്പങ്ങൾ
അർദ്ധരാത്രിയോളം
എന്നോടൊപ്പം ആർത്തുപാടി.

ഒരു വശത്ത്
പൊളിഞ്ഞുവീണ
എന്റെ വീടും
മറുവശം ശില്പിയുമാണ്.
അയാളൊരിക്കലും
എന്നെ പേരു വിളിച്ചില്ല.
ഞാൻ അയാളെയും.
എന്നിട്ടും അയാളുടെ മൂളിപ്പാട്ടുകളിൽ
ഞാൻ എന്നെ കണ്ടു.

അയാളിലേക്ക് ആഴ്ന്നിറങ്ങി
ഞാൻ ഇല്ലാതാവും വരെ
അയാൾ ശില്പിയായി.
എന്നിലേക്ക് ചാടി
അയാൾ ജീവനൊടുക്കും വരെ
ഞാൻ ശില്പവും!
●

കടൽച്ചൊരുക്ക്

കടലിന്റെ നടുവിലേക്കായിരുന്നു
ഞാനാദ്യമായി ശർദിച്ചത് ..
കുടലിളകി വരും പോലെ .

അന്നായിരുന്നു
ആദ്യമായി
ഞാനൊറ്റക്കായതും,
കടലിനോട്
അവസാനമായെനിക്ക്
പേടി തോന്നിയതും.

അതെന്നെ വിഴുങ്ങും മുൻപേ
ഞാനതിനെ വിഴുങ്ങി.
കടലിന് പുളിയായിരുന്നു.
എനിയ്ക്ക് മധുരവും.
എന്റെയുള്ളു നിറയെ
പുളിക്കടൽ.
കടലു നിറയെ ഞാൻ .

കടലിനോളം
പ്രേമം കുടിച്ചിറക്കിയവരുണ്ടായിരിക്കില്ല.

കടലിനേക്കാളാഴത്തിൽ
മുറിവേറ്റവരുമുണ്ടായിരിക്കില്ല.
എനിക്ക് പ്രേമവും മുറിവുകളും
പേടിയായിരുന്നു.
കടലോളം പേടി.

അന്ന്
ഞാൻ കടലിലിറങ്ങി
കടലിന് പ്രേമത്തിന്റെ പുളിപ്പ്..
കടലെന്നിലിറങ്ങി
എനിക്ക് മുറിവുകളുടെ മധുരം..

പ്രണയവാചകം

നീ ഇരുന്നിരുന്ന
കറങ്ങുന്ന കസേര
ശൂന്യമാകുമ്പോഴാണ്
ആ ഇത്തിരിയിടത്തിലാണ്
ഞാൻ ജീവിച്ചിരുന്നതെന്ന്
മനസ്സിലാവുന്നത്.

കസേരയിൽ
ചാരിയിരിക്കാതെ
അതിന് വേദനിക്കരുതെന്ന്
ആഗ്രഹിക്കും വിധം
അരികു പറ്റിയിരുന്ന്
നീ പിയാനോ വായിക്കുന്നു.
നീണ്ട വിരലുകളെ
നൃത്തം ചെയ്യിച്ചു കൊണ്ട്
പാട്ടുകൾ പാടുന്നു .
ശ്രുതി തെറ്റിച്ചു പാടിച്ചിരിക്കുന്ന
എന്നെ നോക്കി
നീ നെറ്റി ചുളിക്കുന്നു...

നിന്റെ നീണ്ട വിരലുകൾക്ക്
എവിടെയും
നൃത്തം ചെയ്യാനറിയുമായിരുന്നു...
വളഞ്ഞുപുളഞ്ഞുള്ള
അവയുടെ ചലനം
കെട്ടുപിണയുന്ന
പാമ്പുകളെ ഓർമിപ്പിക്കുമായിരുന്നു.
ഞാനത് പറയുമ്പോഴെല്ലാം
കാരണമില്ലാതെ നീ ചിരിക്കുമായിരുന്നു..
അപ്പോഴെല്ലാം എനിക്ക്
ദേഷ്യം വരുമായിരുന്നു...
ഒരു പാമ്പിനെ പോലെ
ചുറ്റി വരിഞ്ഞ്
കാരണമൊന്നുമില്ലാതെ
നിന്നെ കൊന്നു കളയണമെന്ന്
എന്റെ രഹസ്യ ഡയറിലെ
നടുപ്പേജിൽ
ഞാൻ കുറിച്ച് വെച്ചിരുന്നു..

ആ ഡയറി ഇപ്പോൾ കളഞ്ഞുപോയി..
നീ ഇല്ലാത്ത ഈ നേരത്ത്
ഞാൻ ആ ഡയറിയെ ഓർക്കുകയാണ്...
നിന്നെ ഞാൻ ഓർക്കുന്നേയില്ല..
പക്ഷെ
കറങ്ങുന്ന കസേരയിലേ
ഒഴിഞ്ഞയിടം
എന്തൊരു അസ്വസ്ഥതയാണ്.
പോകുമ്പോൾ
അതുകൂടെ കൊണ്ടുപോകാമായിരുന്നു
നിനക്ക്..
അതെന്നെ
കാരണമൊന്നുമില്ലാതെ
ജീവിക്കാൻ പ്രേരിപ്പിക്കുന്നു ...
●

ദുഖം

ദു:ഖം ഒരു വാക്കല്ല.
ഏകാന്തതയെ അഴിച്ച പണിതുണ്ടാക്കിയ
ഒരു രൂപമാണത്.
അല്ലെങ്കിൽ, പേരില്ലാത്ത ഒരു മനുഷ്യൻ.

അവരെന്റെ അയൽവാസിയാണ്.
ഒഴിഞ്ഞയിടങ്ങളെ
വീക്ഷിക്കുകയായിരുന്നു അന്നവർ.
അവരുടെ കരിങ്കറുപ്പുള്ള കണ്ണുകൾ
ഞങ്ങളുടെ പൊള്ളയായ ഇടവഴികളിലേക്ക്
മിന്നൽ വീശി.
എന്റെ ഞരമ്പുകൾ കരിഞ്ഞു.

യുദ്ധഭൂമികളിലെ
വെളുത്ത റോസാപ്പൂക്കൾ ഓർമയുണ്ടോ?
ഞരമ്പുകളിൽ
ആയിരം വെടിയുണ്ടകൾ തറച്ചവ?
അവയെ ഞാനെന്റെ സ്വപ്നങ്ങളിൽ
നട്ടുപിടിപ്പിച്ചിരുന്നു.
തൂവെള്ള ഇതളുകളിൽ നിന്ന്
ദു:ഖമൊലിക്കുന്നത് നോക്കൂ !

ചോരക്കറ പിടിച്ച ഒരു ത്തുവാല
ഇതാ കൊഴിഞ്ഞുവീണിരിക്കുന്നു.
അവർ തിരിഞ്ഞു നടക്കുകയാണ്,
കൊല ചെയ്യപ്പെട്ട പട്ടണങ്ങളിലേക്ക്..
അവിടെയെല്ലാം അവർ
ഏകാന്തതയിൽ ജീവിക്കുന്ന
വെളുത്ത റോസാപ്പൂക്കൾ നട്ടുപിടിപ്പിക്കും.

ദുഃഖം
വഴിയിലുപേക്ഷിക്കപ്പെട്ട
ഒരു കപടരൂപമാണ് ..
പേരില്ലാത്തവർക്കായുള്ളത്..

●

ഒസ്യത്ത്

ഞാൻ പോവുകയാണ്...
പേടിക്കണ്ട...
വീട് ഒറ്റക്കാവില്ല...
രണ്ട് കണ്ണുകളെ അവിടെ
മറന്നു വെക്കുന്നുണ്ട്...
കൈകൾ അവിടെ തന്നെയുണ്ടാവും..
ഒരു സാധനവും തിരഞ്ഞു നടക്കേണ്ടി വരില്ല...
രാവിലെ മുതൽ രാത്രി വരെ
ഓടി നടക്കാൻ
കാലുകൾക്കുള്ള സമ്മത പത്രം
മേശപ്പുറത്ത് നാലായി മടക്കി വച്ചിട്ടുണ്ട്...

കുറച്ച് കാലം എനിക്കൊന്നു
പുറം ലോകം കാണണം.
ആകാശവും കടലും കൂടിച്ചേരുന്ന
ഇടങ്ങളിലേക്ക് ഒറ്റക്ക് കയറിച്ചെല്ലണം.
ഒരു കവിതയെങ്കിലുമെഴുതി വക്കണം...
മറ്റാർക്കുമല്ലാതെ എനിക്കായി മാത്രം
മൂളിപ്പാട്ടുകൾ പാടി നിറക്കണം...
രാത്രിയിൽ ഒറ്റക്ക് കിടന്ന്
കിനാവോളം ചിരിച്ച്
നിലാവ് കാണണം...

ഞാൻ പോവുന്നതോടെ
എന്നിലേക്കുള്ള നിങ്ങളുടെ വഴികൾ
തീർന്നിരിക്കുന്നു....
തിരഞ്ഞു വന്ന്
കാൽ കഴക്കേണ്ട....

സ്നേഹം
●

പൂച്ചക്കിനാവുകൾ

മരിച്ചുപോകും മുൻപ്
പൂച്ചക്കുഞ്ഞുങ്ങൾ എന്തായിരിക്കും
ചിന്തിക്കുന്നുണ്ടാവുക?
തലേന്ന് രാത്രി
വീടിനു മുന്നിൽ നിന്ന് ഓടിച്ചുവിട്ടവരെ
അവർ ഓർക്കുന്നുണ്ടാകുമോ ?
മനുഷ്യർക്ക് ഭാരമാവാതിരിക്കാൻ
അവർ ആത്മഹത്യ ചെയ്യുന്നുണ്ടാവുമോ?
കുഞ്ഞു ശബ്ദം പുറത്തുകേൾപ്പിക്കാതെ
കരഞ്ഞു തീർക്കുന്നുണ്ടാകുമോ ?
കരഞ്ഞു കരഞ്ഞു കണ്ണു വീർക്കുമ്പോൾ
അവരുടെ പൂച്ചത്തലകൾക്കുള്ളിൽ
നേർത്ത വിള്ളലുകൾ വീഴുകയും
അവക്കുള്ളിലൂടെ മിന്നൽ കണക്കെ
സങ്കടങ്ങൾ ഓടിപ്പോവുകയും
ചെയ്യുന്നുണ്ടാകുമോ?

പക്ഷെ
മനുഷ്യർ പറയുന്നത്
പൂച്ചക്കുഞ്ഞുങ്ങൾ കരയാറില്ലെന്നാണ്.
അഥവാ കരച്ചിൽ വന്നാൽ

അവർ പാട്ടുകൾ പാടുമെന്ന്.
മതിലിനു മീതെയും
വലിയ കാറുകൾക്ക് താഴെയും
അലക്കുകല്ലുകൾക്കടുത്തും
അവർ കിടക്കുന്നത്,
എന്നിട്ട് മുറിഞ്ഞു മുറിഞ്ഞു പാടുന്നത്
കെട്ടിപ്പിടിച്ചുറങ്ങാൻ അടുത്തില്ലാത്ത
കൂട്ടുകാരെ കേൾപ്പിക്കാനായിരിക്കണം.
പാട്ട് കേട്ട് ഏതെങ്കിലും
ഒരു പൂച്ചക്കുഞ്ഞ്
വാൽ ചുഴറ്റിചിരിച്ച് വരാതിരിക്കില്ല
എന്ന് കരുതിയിട്ടാവണം.

പൂച്ചക്കുഞ്ഞുങ്ങൾ മരിച്ചുപോകും മുൻപ്
ഒരുപാട് കെട്ടിപ്പിടിത്തങ്ങൾ
കൊതിക്കുന്നുണ്ടാകും..
കുഞ്ഞുപൂച്ചത്തലകളിൽ
മുല്ലപ്പൂക്കൾ വിരിഞ്ഞ്
വാടിക്കൊഴിഞ്ഞു പോകുന്നുണ്ടാവും..
പൂച്ചക്കുഞ്ഞുങ്ങൾ മരിക്കുമ്പോൾ
മുല്ല പൂക്കുന്ന മണമാണ് ..
നമ്മൾ അറിയുന്നില്ലെന്നെ ഉള്ളൂ.

●

ആത്മം

അയാൾക്ക് വീടില്ലായിരുന്നു.
എനിക്കു മാത്രമേ
അത് അറിയുമായിരുന്നുള്ളൂ.
അയാളുടെ ചിരിച്ച മുഖത്തിന്റെ
സൂക്ഷിപ്പുകാരനായിരുന്നു ഞാൻ.
അയാൾ എന്റെ മടിയിൽ കിടന്നാണ്
ഉറങ്ങിയിരുന്നത്.
അയാൾക്കിഷ്ടം അതായിരുന്നു.
എനിക്കെന്നും അസഹ്യമായി മാത്രം തോന്നിയിരുന്ന
എന്റെ മുറിയൻ പാട്ടുകൾ കേട്ട്
ചിരിച്ചുറങ്ങുന്ന മറ്റൊരു മനുഷ്യനെ
എനിക്കറിയില്ല.

അയാൾ എന്നാണ് വന്നതെന്ന് ഓർക്കുന്നില്ല.
അന്ന് ഞാൻ എന്റെ
നീണ്ടു പോയ നഖങ്ങളിൽ കുടുങ്ങിയ
ഉറുമ്പുകളെ പുറത്തെടുക്കുകയായിരുന്നിരിക്കണം.
ഞാൻ കഴിച്ചു പകുതി വച്ച
റൊട്ടിക്കഷ്ണം മാത്രമേ അന്നയാൾ കഴിച്ചുള്ളൂ.
എനിക്കയാളോട് സഹതാപം തോന്നിയില്ല.
ഞാൻ ചിരിച്ചതേ ഉള്ളൂ.

എന്നോടൊപ്പം താമസിക്കാൻ
ഞാൻ അയാൾക്ക്
അനുവാദം കൊടുത്തിരുന്നില്ല.
അയാളത് ചോദിച്ചുമില്ല.
രാത്രിയിൽ വെളിച്ചമില്ലാത്തതിനോ
വിയർത്തൊഴുകുമ്പോൾ ചൂടിനെക്കുറിച്ചോ
അയാൾ പരാതി പറഞ്ഞതേയില്ല.

എന്റെ മടിയിൽ തലവെച്ച് തന്നെയാണ്
ഇന്നും അയാൾ ഉറങ്ങുന്നത്.
കാലുവേദനിക്കുമ്പോൾ ഞാൻ
അയാളുടെ ചുമലിൽ ചാരിയിരിക്കും.
അയാളൊരിക്കലും
എന്നെ കളിയാക്കിയില്ല..
അയാൾക്കേ അറിയൂ
എന്റെ വീട് അയാൾ മാത്രമാണെന്ന്.
അയാളുടെ ചിരിച്ച മുഖത്തിന്റെ
സൂക്ഷിപ്പുകാരനാണ് ഞാൻ...
●

സിംബോളിക് ഓഡർ

എഴുതാനാകാതെ
ആധി പിടിച്ച ഒരുവൾ
കണ്ണാടിക്ക് മുന്നിൽ നിന്ന് ചിരിക്കുകയാണ്.
കണ്ണാടിക്കപ്പുറം
എഴുതിയെഴുതി ഭ്രാന്തനായിപ്പോയ
മനുഷ്യൻ.
നമുക്കെന്തുകൊണ്ട് പരസ്പരം കാണാനാവുന്നില്ല?
എഴുത്തു മറന്നവൾ
എഴുത്തുകാരനോട് ചോദിക്കുന്നു..
അയാൾ പേനത്തുമ്പുകൊണ്ട്
ചെവി ചൊറിയുന്നു.
കണ്ണാടിച്ചുട്ടുകളുടെ പ്രത്യേകതയറിയാമോ
കഥയില്ലാത്തവളെ...
കഥാകാരൻ ചോദിക്കുന്നു..
കഥയറിയാത്ത മനുഷ്യസ്ത്രീ
ഇടിഞ്ഞുവീഴാറായ കണ്ണുകൾ കൂർപ്പിച്ചെടുത്ത്
ആയിരം വാക്കുകൾ എഴുതി വെച്ചു.

കണ്ണാടിക്കപ്പുറം വരൾച്ചയാണ്..
ഇപ്പുറം മഞ്ഞുവീഴ്ചയും ..
വാക്കുകൾക്കിടയിലെ ഒച്ചയില്ലായ്മ,
ഒഴുക്കില്ലായ്മ, ബന്ധമില്ലായ്മ..

അസംബന്ധം...
എഴുത്തുകാരൻ ഒച്ചവച്ചു...
എഴുതി നിറച്ച പതിനായിരം കഥകൾ
കണ്ണാടിക്കിപ്പുറമെറിഞ്ഞു..
വിണ്ടുകീറിയ മുനമ്പുകൾക്ക് മീതെ
ഉരഞ്ഞുരഞ്ഞ്
കഥകളിൽ
കറുത്ത ചോര വീണിരിക്കുന്നു.

ഭ്രാന്തനെഴുത്തുകൾ..
ഒരേ ശബ്ദത്തിൽ
മുടിപിടിച്ചു വലിച്ച്,
കടലാസുകഷണങ്ങൾ
കൂട്ടിയിട്ട് കത്തിച്ച പുക
വലിച്ചുകേറ്റി
ആക്രോശിക്കുന്നവ..
ഓരോന്നിലും അടിക്കടി പുളിച്ചുതികട്ടുന്ന
മഞ്ഞവെള്ളം...

കണ്ണാടിക്കൂട്ടുകളിൽ
വലിയൊരു ചതി മലച്ചു കിടപ്പുണ്ട് ..
ഓരോ പാളിയിലൂടെയും
അരിച്ചെട്ടുത്തരിച്ചെട്ടുത്ത്
കണ്ണാടികൾക്കപ്പുറമെത്തുന്നവർ മാത്രമേ തമ്മിൽ കാണാവൂ..
നമ്മൾ കണ്ണാടിക്ക്
അകത്തും പുറത്തുമാകുന്നു.
എഴുതാനറിയാത്തവളുടെ
ചുട്ടുപഴുത്ത വാക്കുകൾ
ഖനികളിൽ നിന്നെന്ന
പോലെ വെളിപ്പെടുന്നു.
കഥാകാരന് വായിൽ
മഞ്ഞവെള്ളം നിറഞ്ഞു.
വാ തുറന്നാൽ അത് തിളച്ചുതൂവുമെന്ന
ഭയപ്പാടോടെ അയാൾ
ഇനിമേൽ മൗനിയാവുന്നു.

കണ്ണാടിക്കൂട്ടുകൾക്കപ്പുറം പറക്കാൻ
ചുള്ളിക്കമ്പുകൾ മതിയാവില്ല..
ആധിപിടിച്ചവളുടെ എഴുത്ത്...
ഇരുണ്ടുകെട്ടിയ ഉരുളൻ തലയിൽ നിന്ന്
ഒരു കൊഴുത്ത പേൻ ഇറങ്ങി വന്ന്
ചില്ലുപ്രതലത്തിലൂടെ
മറുപുറം ലക്ഷ്യമാക്കി നടന്നു..

●

പ്രണയപർവ്വം

നിന്റെ പേരിനെ
ഞാൻ
പ്രണയമെന്ന് തിരുത്തി
വായിക്കുന്നു...
അല്ലെങ്കിൽ
പ്രണയത്തിന്റെ
പര്യായങ്ങളിലൊന്നായി
നിന്റെ പേരിനെ
ഞാൻ എഴുതിച്ചേർക്കുന്നു..
ഞാൻ മാത്രം പടർന്നു കിടക്കുന്ന
രണ്ടു കണ്ണുകളിൽ
അതിന്റെ ആത്മാവിനെ
എനിക്ക് കാണാം..
എന്റെ വിരലുകൾക്ക്
മാത്രം കേൾക്കാവുന്നത്ര
നിശ്ശബ്ദമായ ഒരു പാട്ടായി
നിന്റെ ഹൃദയം
നമ്മുടെ പ്രണയത്തെ
തർജ്ജമ ചെയ്യുന്നു..
നമ്മുടെ ശ്വാസത്തിൽ
അതിന്റെ ഈണം
തിങ്ങി നിറഞ്ഞ്

ഒരു നേർത്ത ചിരിയായി
വായുവിൽ അലിയുന്നു...
നീ ഉറങ്ങിയുണരുന്ന താളം
ഇങ്ങു ദൂരെയിരുന്നും
എനിക്ക് കേൾക്കാം..
നിന്നിൽ ഞാൻ
എന്നെയിങ്ങനെ കുടിയിരുത്തിയിരിക്കുകയാണല്ലോ!

നീ പ്രണയമാകയാൽ മാത്രം
ഞാൻ എന്നെയും
പ്രണയമേ എന്ന്
വിളിച്ചു തുടങ്ങുന്നു...
●

കടലൊഴുക്ക്

അയാളെന്നെ
കടലു കാണാൻ കൊണ്ടുപോയി..
ഇതാണ് കടൽ,
ഇത് തിരമാല,
ഇത് വളരേ നേർത്ത
ഉറുമ്പിൻകണ്ണിനോളം ചെറിയ
മണൽത്തരി.
ആ കാണുന്നത് ആകാശം..
ചുവപ്പും വെളുപ്പുമായി
വെറുങ്ങലിച്ചു നിൽക്കുന്നത്
ലൈറ്റ് ഹൗസാണ്..
ആ കാണുന്നത്
ഒരു കപ്പലാണ്...
അതിനുമപ്പുറത്ത് ആടിയുലഞ്ഞ്
വരുന്നത് ബോട്ടുകൾ..
ഞാനയാളെ തന്നെ നോക്കി നിന്നു.

അത് അസ്തമയ സൂര്യൻ,
കടലിലേക്ക് സൂര്യൻ മുങ്ങിപ്പോകുന്നത്
നീ കണ്ടിട്ടില്ലല്ലോ!
എങ്ങനെ കാണാനാണ്.
നീ കടലു പോലും കണ്ടിട്ടില്ലല്ലോ!

അയാളുടെ കറുകറുത്ത മീശക്കു താഴെ
ചുണ്ടുകൾ വിറച്ചു.

നീ കടല കൊറിച്ചിങ്ങനെ
കടപ്പുറത്തിരുന്നിട്ടുണ്ടോ..
തിരമാലകളിലേക്കു നോക്കി
കിനാവു കണ്ടിട്ടുണ്ടോ..
നീയെന്തൊരു പാവമാണ്..
അയാളെനിക്കു തലചായ്ക്കാൻ
വിരിഞ്ഞ ചുമലുകൾ നീട്ടി
താഴ്ന്നിരുന്നു..

തിരമാലകൾ വന്ന് കാലിൽ തൊടുമ്പോൾ
പ്രണയിക്കാൻ തോന്നും.
ആരുടേയും കണ്ണിൽപ്പെടാതെ
ഉമ്മ വെക്കാൻ
വിയർത്തു വിയർത്തിരുന്നതും
ഓർമ വരും..
നിനക്കിതൊന്നും
ആസ്വദിക്കാനായില്ലല്ലോ
എന്റെ പെൺകുട്ടി..
അയാളുടെ കൈകൾ
വിയർത്ത് കുതിർന്നിരിക്കുന്നു.

***

ഞാൻ കണ്ട കടലിന്
കടുത്ത നീല നിറമായിരുന്നു.
ഉപ്പുവെള്ളത്തിൽ മുങ്ങിക്കിടന്ന്
അമർത്തി ഉമ്മവക്കുമ്പോൾ
ചുണ്ടുകൾക്കെല്ലാം കടലിന്റെ
നിറമാവുമായിരുന്നു.
കൈകൾ തിരമാലകളോളം
വിടർത്തി കെട്ടിപ്പിടിച്ച്
ഉപ്പുരുചിക്കാനായിരുന്നു
എനിക്കേറ്റവുമിഷ്ടം.

മണലിൽ മലർന്നുകിടക്കുമ്പോൾ
മുടിയിൽ നിന്ന് കടലപ്പാടെ ഊർന്നു പോവും..
ലോകത്തിലെ എല്ലാ
കടലുകടെയും സംഗമസ്ഥാനം
ഞാനാണെന്ന്
എന്റെ കാമുകന്മാരിലൊരുവൻ പറയുമായിരുന്നു..
പിൻകഴുത്തിൽ
മൂക്കുരുമ്മിയിരുന്ന്
അവന്മാരൊക്കെയും
എന്റെ കടലിൽ മുങ്ങിപ്പോയി..
പാവങ്ങൾ..
ഞാൻ ചിരിച്ചു..
എനിക്കു ചാരിക്കിടക്കാൻ
താഴ്ന്നു നിൽക്കുന്ന ചുമലിൽ
മുഖമമർത്തി..

***

നിനക്ക് കടലിനെ പേടിയാണോ ?
അയാൾ വിറച്ചു.
അല്ല..
ഇഷ്ടമായോ ?
നിങ്ങളിഷ്ടപ്പെട്ടും മുൻപേ
കടലുമായി ഞാൻ പ്രേമത്തിലാണ്...

മരിച്ചുപോയവളുടെ മുറി തുറക്കുമ്പോൾ...

അവർ മരിച്ചുപോയവളുടെ
മുറി തുറക്കുകയാണ്...
ശൂന്യമായ എന്തിലേക്കോ
എന്നപോലെ കാലുകൾ വിടർത്തിയിട്ട്
അവൾ അകത്ത് കിടക്കുന്നുണ്ട്.

മരിക്കും മുൻപ് പറഞ്ഞ് തീരാതിരുന്ന
വാക്കുകൾ
അവളുടെ തൊണ്ടക്കുഴിയിലിരുന്ന്
ആകാശം കാണുന്നുണ്ടാവണം...
കാൽ വിരലുകളെ മുട്ടിയുരുമ്മി
അജ്ഞാതനായ പൂച്ചയും
കൊക്ക് പൊട്ടിയ ഒരു കോഴിക്കുഞ്ഞും
ഇപ്പോഴും അടുത്തുണ്ടായിരിക്കും...
രാത്രിയിൽ അരിഞ്ഞു വച്ച
ചീരയുടെ ചുവപ്പ്
നഖങ്ങളിൽ ഉണ്ടായിരിക്കും...
മരിക്കും മുൻപ്
കുളിക്കാൻ നേരം കിട്ടിയിട്ടുണ്ടാവില്ല അവൾക്ക്..

അപ്പോൾ മുഷിഞ്ഞ ചുരിദാർ ടോപ്പിൽ
ഒരു ദിവസത്തിന്റെ ഭാരം
ജീവനോടെ കിടക്കുന്നുണ്ടാവും..

കണ്ണിനു ചുറ്റുമുള്ള കരിനീല വലയങ്ങൾ
മങ്ങിത്തുടങ്ങിയിട്ടുണ്ടാകും..
കവിളിൽ പൊങ്ങിനിന്നിരുന്ന
ആ വലിയ എല്ല്
മുറിഞ്ഞുപോയിക്കാണും..
ചിലപ്പോൾ
നീണ്ട മൂക്കിന്റെ തുമ്പിലുണ്ടായിരുന്ന
ആ കുരു പൊട്ടി ചോര വരുന്നുണ്ടാവും....
അല്ലെങ്കിൽ വരണ്ടുപോയ ചുണ്ടിൽ
ഒന്നോ രണ്ടോ ഈച്ചകൾ വന്നിരുന്ന്
സങ്കടം പറയുന്നുണ്ടാവും..

അവളുടെ മുറി അവരിപ്പോൾ
തുറക്കും...
കാലങ്ങളായുള്ള ഉറക്കമില്ലായ്മകളെ
കൊന്നു കളഞ്ഞ് ഉറങ്ങുന്നവളെ
പുറത്തെടുക്കും...
തണുപ്പുള്ള നിലത്ത്
അവളുടെ മരണത്തെ
വെള്ള പുതപ്പിച്ചു കിടത്തും...
നേർത്ത നിശ്വാസങ്ങൾ കൊണ്ട്
അതിന്റെ നിശ്ശബ്ദതയെ വീർപ്പുമുട്ടിക്കും...

ഏറിയും കുറഞ്ഞുമുള്ള
കരച്ചിലുകൾ കേട്ട്
ഇനിയും അവളുണരാതിരുന്നാൽ മതിയായിരുന്നു..
●